குற்றவாளிக்கூண்டில் மநு?
மநு தர்மசாஸ்திரம் குறித்த ஓர் ஆய்வு

குற்றவாளிக்கூண்டில் மநு?

மநு தர்மசாஸ்திரம் குறித்த ஓர் ஆய்வு

எஸ். செண்பகப்பெருமாள்

கிழக்கு

குற்றவாளிக்கூண்டில் மனு?
Kutravaalikoondil Manu?

S.Shenbagaperumal ©

First Edition: December 2017
Second Edition: June 2022
144 Pages
Printed in India.

ISBN 978-93-90958-33-7
Kizhakku - 1266

Kizhakku Pathippagam
177/103, First Floor,
Ambal's Building, Lloyds Road,
Royapettah, Chennai 600 014.
Ph: +91-44-4200-9603

Email : support@nhm.in
Website : www.nhm.in

Kizhakku Pathippagam is an imprint of New Horizon Media Private Limited

The views and opinions expressed in this book are the author's own and the facts are as reported by the author, and the publishers are not in any way liable for the same.

All rights reserved. No part of this publication may be reproduced, stored in a retrieval system, or transmitted, in any form or by any means, electronic, mechanical, photocopying, recording or otherwise, without the prior permission of the publishers.

பழங்கால பாரத சமூகம் பற்றிய
'உண்மைச் சித்திரத்தை'
தெரிந்துகொள்ள விரும்புபவர்களுக்கு.

உள்ளே

	முகவுரை	/ 9
	குறிப்பு	/ 12
1.	மநு தர்மசாஸ்திரமும் இந்திய ஆன்மிகமும்	/ 15
2.	ஆபத்துக் காலம்	/ 31
3.	மநு தர்மசாஸ்திரத்தில் பிராமணர்கள்	/ 47
4.	சூத்திரர்களும் சூத்திர மதமும்	/ 76
5.	மநு தர்மசாஸ்திரத்தில் பெண்கள்	/ 84
6.	ஜாதிகளும் கலப்பு ஜாதிகளும்	/ 93
7.	மநுவில் இடைச்செருகல்	/ 104
8.	மநுவையும் பிராமணர்களையும் டாக்டர் அம்பேத்கர் தவறாகப் புரிந்துகொள்ளக் காரணங்கள் என்ன?	/ 110
9.	மநுவுக்கு எதிராக நூல் எழுதியது டாக்டர் அம்பேத்கர்தானா?	/ 133
10.	முடிவுரை	/ 139

முகவுரை

2017-ம் ஆண்டு மருத்துவக் கல்லூரிக்கு மாணவர் சேர்க்கை நடக்கும் காலத்தில் நிகழ்ந்த ஒரு சம்பவம் தமிழ்நாட்டை மட்டுமின்றி, இந்தியா முழுவதையுமே உலுக்கியது.

பன்னிரண்டாம் வகுப்புப் பொதுத்தேர்வில் மிக அதிக மதிப்பெண்கள் பெற்றிருந்தும், மருத்துவக் கல்லூரிக்குத் தேவையான 'நீட்' எனப்படும் தகுதித் தேர்வில் போதிய மதிப்பெண் பெறவில்லை என்பதால் சேர்க்கை மறுக்கப்பட்ட அனிதா என்ற தாழ்த்தப்பட்ட சமூகத்தைச் சேர்ந்த இளம்பெண், தற்கொலை செய்துகொண்டார். இந்த ஓராண்டுக்காவது நீட் தேர்விலிருந்து விலக்கு அளித்து மாணவர்களைச் சேர்த்துக்கொள்ளுமாறு தமிழகத்தின் பல்வேறு அமைப்புகள் கோரிக்கை வைத்தன. அரசுகூட அதனை ஏற்றுக்கொள்ளலாமா என யோசித்தபோது உச்ச நீதிமன்றத்தின் தீர்ப்பு அதற்கு எதிராக வந்தது.

அண்மைக் காலங்களில் வியாபார நோக்குடன் கல்வி நிறுவனங்களை நடத்திவருகிறவர்கள், பன்னிரண்டாம் வகுப்பு மதிப்பெண்கள் மட்டுமே நோக்கமாகச் செயல்பட்டுக் கொண்டிருந்தனர். பல பள்ளிகளில் பதினொன்றாம் வகுப்பில் காலாண்டுத் தேர்வுவரை மட்டும் அவ்வகுப்புக்குரிய பாடங்களையும், அதன்பின்னர் பன்னிரண்டாம் வகுப்புப் பாடங்களையும் நடத்திவந்தனர். இக்காலகட்டத்தில்கூட, இயல்பான வகுப்பு நேரத்தில் மட்டும் பதினொன்றாம் வகுப்புப் பாடங்களை நடத்துவதும், காலையிலும் மாலையிலும் பன்னிரண்டாம் வகுப்புப் பாடங்களை 'சிறப்பு வகுப்புகள்' என்னும் பெயரில் நடத்துவதும் வழக்கமாக இருந்தது. எனவே மாணவர்கள் பெரும்பாலானோர்

மிகச் சிறந்த மதிப்பெண்களுடன், ஆனால் போட்டித் தேர்வுகளில் பங்குபெறும் தகுதியின்றி பள்ளியைவிட்டு வெளியே வந்தனர்.

இது, சண்டைக்கோழிகளை அல்லது தரமான நாட்டுக்கோழிகளை உருவாக்குவதற்குப்பதிலாக பிராய்லர் கோழிகளை உருவாக்கு வதற்கு ஒப்பானதாகும். பிராய்லர்களில் எடைமட்டுமே அதிகமாக இருக்கும்.

இத்தகு சீர்கேடுகளை நீக்கி, பள்ளிகளின் செயல்பாடுகளை நெறிப்படுத்தும் நோக்கத்தில்தான் நீதிமன்றங்கள் தீர்ப்புகளை வழங்கியிருந்தன. ஆனால் சகோதரி அனிதாவின் மரணம் அரசிய லாக்கப்பட்டது. தொலைக்காட்சியிலும் பத்திரிகைகளிலும் பல நாட்களுக்குப் பரபரப்பான தலைப்புச் செய்தியாக இது அமைந்தது. தொலைக்காட்சி சானல்களில் இதுபற்றிய விவாதங்களும் நடத்தப்பட்டன.

சகோதரி அனிதாவின் மரணத்தில் மநு தர்மசாஸ்திரத்தின் பங்கு என்ன? எதுவுமில்லை. ஆனால் ஒரு தொலைக்காட்சி சானலில், ''அனிதாவின் மரணத்துக்குப் பின்னால் என்ன இருக்கிறது தெரியுமா? மநு தர்மசாஸ்திரம் இருக்கிறது; மநு இருக்கிறார்'' என்று ஒரு சகோதரி ஆவேசமாகத் தன் வாதத்தை முன்வைத்தார்.

இன்றைய காலகட்டத்தில் நாட்டில் எது நடந்தாலும் அதற்குரிய காரணகர்த்தாவாக மநு தர்மசாஸ்திரம் பேசப்படுகிறது. ஆனால் பேசுகிறவர்களுள் எவரும் மநுவைப் படித்திருக்க வாய்ப்பு இல்லை. ஆயினும் ஜாதி சார்ந்த சம்பவங்களுக்கு மநுவின் பெயரால் விடையைத் தேடுகிறார்கள்.

மநு ஜாதீயத்தைப் போதித்தாரா? மநுதான் அதைச் செய்தாரா? இவற்றுக்கெல்லாம் விடை தேவை. சமூகத்தில் நிலவும் ஜாதி பேதங்களைப் பேணிப் பாதுகாப்பதுதான் மநுவின் ஒரே நோக்கமாக இருந்திருந்தால், கட்டாயம் மநு ஒரு குற்றவாளியே.

இந்நூலை நான் எழுதுவதற்கு எனக்கு மிகவும் உதவியாக இருந்தது, *The Triumph of Brahmanism: Regicide or the birth of Counter-revolution* என்னும் அம்பேத்கர் எழுதிய நூலின் தமிழாக்கமான 'பார்ப்பனியத் தின் வெற்றி: அரசக்கொலை அல்லது எதிர்ப் புரட்சியின் தோற்றம்' என்னும் புத்தகம். அம்பேத்கர் கோடிட்டுக் காட்டிய வரலாற்று நிகழ்வுகளும், மநு தர்மசாஸ்திரம் எழுதப்பட்டதாக அவர் கருதும் காலமும், அதில் இடைச்செருகல் செய்தவரின் பெயர் பற்றிய

தகவலும், அனைத்துவகையிலும் சிறப்பான செய்திகளாகும். அம்பேத்கரின் கருத்துகளை மையமாக்கியே இந்நூல் எழுதப் பட்டுள்ளது. ஆயினும் சில அணுகுமுறைகளில் நான் வேறுபட்டு நிற்கிறேன்.

அம்பேத்கர் மநுவைக் குறை கூறியிருப்பதாக இன்று பிரசாரம் செய்யப்படுகிறது. ஆயினும் மநுவின்மீது அம்பேத்கர் மிகுந்த மரியாதை வைத்திருந்தார். அதனை நாம் சரியாகப் புரிந்துகொள்ள வில்லை எனில் அது ஒரு குற்றமே ஆகும். பெரியார் சுயமரியாதைப் பிரசார நிறுவன வெளியீடு, அம்பேத்கரின் 'இந்துமதத் தத்துவமும் மநுதர்மமும்' என்ற நூலை வெளியிட்டுள்ளது. அதில் கீழ்க்கண்ட வரிகள் உள்ளன:

> சாதிகளைத் தோற்றுவித்ததில் மநுவுக்குப் பொறுப்பு இல்லா திருக்கலாம். வருணத்தின் புனிதத்துவத்தை மநு போதித்தார்; நான் எடுத்துக்கூறியுள்ளபடி, வருணமே சாதி அமைப்பின் தாய். அந்தவகையில், சாதி அமைப்பின் மூலவராக இல்லை யெனினும், அதன் தோற்றத்திற்கான கர்த்தாவாக மநு விளங்கினார் என்று குறைகூறலாம். *(பக் 1, வரிகள் 6-10)*

எனவே அம்பேத்கர் மநுவைச் சரியாகவே புரிந்துவைத்திருப்பதாகக் கருதலாம்.

இந்நூல் சமூகங்களுக்கிடையே நிலவும் பிணக்குகளை நீக்கி, சமூக நல்லிணக்கத்தை ஏற்படுத்த உதவும் என நம்புகிறேன்.

இந்நூல் வெளிவர உதவிய பதிப்பகத்தாருக்கும் ஏனைய நண்பர் களுக்கும் என் நன்றியைத் தெரிவித்துக்கொள்கிறேன்.

11 டிசம்பர் 2017 **எஸ். செண்பகப்பெருமாள்**

சாத்தன்விளை, அம்மாண்டிவிளை P.O

கன்னியாகுமரி மாவட்டம்

குறிப்பு

இச்சிறு நூலை எழுதுவதற்கு நான்கு புத்தகங்கள் முக்கிய மானவையாகப் பயன்படுத்தப்பட்டுள்ளன.

ஒன்று, 'மநு தர்மசாஸ்திரம்' என்னும் பெயரில் திருலோக சீதாராம் மொழிபெயர்ப்பில் ஏ. கே. கோபாலனைப் பதிப்பாசிரியராகக் கொண்டு, ஆர். கே. எல். பிரிண்டர்ஸ், வல்லப அக்ரஹாரம் தெரு, திருவல்லிக்கேணி, சென்னை என்ற முகவரியில் 1961-ல் அச்சிடப்பட்டது. (இனி, இந்தப் பதிப்பு, 'ஏ. கே. கோபாலன்' என்று குறிப்பிடப்படும்.) இந்நூல்தான் முதலில் எனக்குக் கிடைத்தது.

இரண்டு, 'மநு நீதி என்னும் மநு தர்மசாஸ்திரம்' என்ற நூல். உரையாசிரியர் பிரம்மபீடம் இளைய பீடாதிபதி, அன்னை ஸ்ரீ ஆனந்த நாச்சியாரம்மா. பதிப்பாசியர் வி. கரு. இராமநாதன். ஸ்ரீ இந்து பப்ளிகேஷன்ஸ் இதனை வெளியிட்டிருக்கிறார்கள். முதல் பதிப்பு 2011-ல் வெளியாகியுள்ளது. இப்பதிப்பில் ஸ்லோகங்கள் சமஸ்கிருதத்திலும் தரப்பட்டுள்ளன. ஆனால் ஸ்லோகங்களின் எண்ணிக்கையில் முதல் நூலைவிடச் சில இடங்களில் வேறுபாடுகள் உள்ளன. மிகவும் முக்கியமானது, 'ஆபத்துக் கால தர்மம்' பற்றி விளக்கும் பத்தாவது அத்தியாயமாகும். ஸ்ரீ இந்து பப்ளிகேஷனில் 11 ஸ்லோகங்கள் குறைவாக உள்ளன. (இனி இந்த நூல் 'ஸ்ரீ இந்து' என்று குறிப்பிடப்படும்.)

மூன்றாவது நூல், G. Buhler (ஜி. பியூலர்) மநு தர்மசாஸ்திரத்தை ஆங்கிலத்தில் The Laws of Manu என்னும் பெயரில் மொழி பெயர்த்துள்ள நூல். இவர் ஜெர்மானியர் என்பதால் சமஸ்கிருதத்தில் உள்ள சில சொற்களின் 'உள் அர்த்தம்' புரியாமல் சாதாரணமான பொருளில் கையாண்டுள்ளார். உதாரணமாக 'புருஷ' என்ற சொல்.

இச்சொல் மிகவும் ஆழமான பொருள் கொண்டது. 'உடலில் உறைவதும் உயிரைவிட மேலானதுமான ஆத்மாவை' குறிப்பிடவும் இச்சொல் பயன்படுத்தப்படுகிறது. ஆனால் ஆங்கிலத்தில் மிகச் சாதாரணமாக 'Man' என்று இது மொழிபெயர்க்கப்பட்டுள்ளது. (இனி இந்த நூல், 'பியூலர்' என்று குறிப்பிடப்படும்.)

நான்காவது நூல், நம் அரசியல் சாசனப் பிதாமகர் டாக்டர் பி.ஆர். அம்பேத்கர் அவர்களால் எழுதப்பட்டது. திருப்பூர் சமூகநீதிப் பதிப்பகத்தால், 'பார்ப்பனியத்தின் வெற்றி - அரசக்கொலை அல்லது எதிர்ப்புரட்சியின் தோற்றம்' என்ற பெயரில் தமிழில் மொழிபெயர்க்கப்பட்டு, 1993-ல் வெளியிடப்பட்ட நூல். (இனி இந்த நூல் 'பார்ப்பனியத்தின் வெற்றி' என்று குறிப்பிடப்படும்.)

புத்தகம் முழுதும் 'மநு' என்றே குறிப்பிடப்படுகிறது. மேற்கோள் காட்டப்படும்போது 'மநு' என்று மூலப் புத்தகத்தில் உள்ள சொல் அப்படியே கையாளப்படுகிறது. தமிழ் மொழிபெயர்ப்பில் சில நூல்களில் 'மனு' என்று இடம்பெற்றிருக்கும்போது அவற்றை மேற்கோள்காட்டும் இடங்களில் மட்டும் அப்படியே எடுத்தாளப்பட்டிருக்கிறது.

மநு தர்மசாஸ்திர மேற்கோள்கள், பெரும்பாலும் ஏ.கே. கோபாலன் பதிப்பிலிருந்து காட்டப்படுவதால், அதன் பெயர் பெரும்பாலும் சேர்க்கப்படாது. ஸ்ரீ இந்து பதிப்பு என்றால் தனியாக அந்த எண் கொடுக்கப்பட்டிருக்கும். இரு பதிப்புகளிலும் பாடல் எண்ணிக்கை மாறியிருந்தாலோ அல்லது பொருளில் அல்லது சொற்களில் பெரும் மாற்றங்கள் இருந்தாலோ, இரு குறிப்பு எண்ணும் கொடுக்கப்பட்டிருக்கும்.

மநு பெண்களை அடிமையாக வைக்கவேண்டும் எனக்கூறி, அதற்கேற்ப சட்டங்களை இயற்றி இருப்பதாக அறிவித்து இன்று தவறான பிரசாரங்கள் நடந்துகொண்டிருக்கின்றன. பெரிய அளவில் போராட்டங்கள் கூட மநுவுக்கும் இந்திய சமூகங்களுக்கும் எதிராக நடத்தப்பட்டு வருகின்றன. இந்த விஷயங்களில் மநுவின் நிலைப்பாடு யாது என அறிவிக்கும்வகையில் சில தேவையான கருத்துகள் சேர்க்கப்பட்டிருப்பதுடன் புதிதாக இரண்டு அத்தியாயங்களும் இணைக்கப்பட்டு இந்த இரண்டாம் பதிப்பு வெளியாகிறது.

1

மநு தர்மசாஸ்திரமும் இந்திய ஆன்மிகமும்

இந்தியாவின் மிகப் பழம்பெரும் வேதங்களும் இந்தியப் பண்பாட்டுப் பாரம்பரியமும் அவமானமானவை என்ற ஒரு கொள்கை, பொதுவாக இன்று ஒரு பிரசாரமாகவே செய்யப் பட்டுவருகிறது. இப்பிரசாரத்தைத் தவறு என்று சொல்லி முழுமையாக ஒதுக்கிவிடவும் முடியாது. ஏனெனில் கி.மு. இரண்டாம் நூற்றாண்டுக்கு முன்னர்வரை வழக்கில் இருந்த சமூக அமைப்பு முறையான 'வர்ணம்' என்பதை 'ஜாதி' என்னும் சமூக நிறுவனமாக மாற்றியதில் மநு தர்மசாஸ்திரம் என்னும் 'மநு ஸ்மிரிதி' என்ற நூலுக்கும் பொறுப்பு உள்ளது. இக்காரியத்தை மநு திட்டமிட்டுச் செய்ததாக அம்பேத்கர் கருதவில்லை. ஆயினும் ஆபத்துக் காலம் (Time of distress) என்று கணிக்கப்பட்ட ஒரு காலகட்டத்தின் நெருக்கடியிலிருந்து மீளுவதற்காகத் தற்காலிக ஏற்பாடாகச் சில நடவடிக்கைகள் மேற்கொள்ளப்பட்டன. ஆனால் ஆபத்தான அந்தக் காலமானது, 2,000 ஆண்டுகளுக்கும் மேலாக நீண்டுவிட்ட நிலையில், தற்காலிக ஏற்பாடுகள் நிரந்தரமானவை யாக மாறிப்போய், ஜாதிகளால் தற்போது பல்வேறு சங்கடங்கள் ஏற்பட்டுள்ளன. அதனால்தான் மநுவின்மீது குறைகள் கூறப்படு கின்றன. மநு தர்மசாஸ்திரத்தினால் ஏற்பட்டிருக்கிற விளைவுகள் என இன்று கருதப்படுவன:

- மநு என்பவர் இந்திய சமூகத்தைச் சீரழித்துவிட்டார்.
- மநு தர்மசாஸ்திரம் என்ற நூல் இந்தியாவின் அவமானச் சின்னம்.

- வர்ணாசிரம தர்மம் என்பது மநு தர்மசாஸ்திரத்தின் மறு அவதாரம்.
- இந்திய தேசியத்தைச் சீரழித்தவர்கள் பிராமணர்கள்.

மேற்கண்ட பிரசாரங்கள் இன்று வலுப்பெற்றுள்ளன. வேதம் சார்ந்த நடைமுறைகளை ஏற்றுக்கொண்டிருப்பவர்களையும் இந்தியப் பண்பாட்டைப் பாராட்டுகிறவர்களையும் 'மநுவாதிகள்' என்று கொச்சைப்படுத்தி இன்று பேசப்படுகிறது.

இதற்கான அடிப்படைக் காரணங்கள், கி.மு. இரண்டாம் நூற்றாண்டு வரை இருந்த வர்ணம் சார்ந்த சமூக அமைப்பை இந்நூல் ஜாதி சார்ந்த அமைப்பாக மாற்றிவிட்டது என்பதும் பல்வேறு ஜாதிகள், கலப்பின ஜாதிகள், சண்டாளர்கள் மற்றும் தீண்டத் தகாதவர்களின் பட்டியலைத் தயாரித்து இந்நூலில் எழுதியிருப்பதும் ஆகும்.

மநுவின்மீது குறைகூறுவோர் கவனிக்கத் தவறியவை

மநு தர்மசாஸ்திரம் சார்ந்த மேற்கண்ட வேறுபாடுகள் அனைத்தும் பத்தாவது அத்தியாயத்தில் எழுதப்பட்டுள்ளவை. அந்த அத்தியாயத்தில் எழுதப்பட்டுள்ளவை, ஆபத்துக் காலத்துக்கு உரிய தர்மங்கள். ஆனால், எல்லாக் காலத்துக்கும் பொருந்தும் விதிகள், 'முக்கிய தர்மம்' என்று வரையறுக்கப்பட்டிருக்கின்றன. எல்லாக் காலத்துக்கும் பொதுவான விதிகளை ஆபத்துக் காலத்தில் கடைப்பிடிக்க வேண்டியதில்லை. ஆபத்துக் காலத்தில், முக்கிய விதிகளுக்குப்பதில் ஒரு 'தற்காலிக' ஏற்பாடாக சில விதிகளில் மாற்றம் செய்து அவற்றைப் பயன்படுத்துமாறு மநு ஆலோசனை கூறினார்.

இவற்றை யாரும் கவனத்தில் கொள்ளாததே, மநுவின்மீது குற்றச்சாட்டுகள் எழுப்புவதற்குரிய காரணங்களாகும்.

இந்தியாவின்மீது 1962-இல் சீனா போர் தொடுத்தது. அது ஒரு 'நெருக்கடியான காலம்' என்று கருதப்பட்டு, நடைமுறையில் இருந்துவந்த அனைத்துச் சட்டங்களும் தற்காலிகமாக அப்போது முடக்கிவைக்கப்பட்டன. அதுபோலத்தான் இதுவும்.

ஆபத்துக் காலம் என்று மநு தர்மசாஸ்திரம் கூறுகிறதே, அது என்னவிதமான ஆபத்து என்பதையும் இந்தியச் சமூகம் அந்த ஆபத்தை எதிர்கொண்ட விதத்தையும் இதுவரை யாரும் கவனத்தில் கொண்டதாகத் தெரியவில்லை.

ஆரம்பத்தில் நானும் மநுவின்மீது குறை கூறும் கருத்தையே கொண்டிருந்தேன். இந்நிலை நான் வேதாந்த வகுப்புகளில் பாடம் கற்றுக்கொள்வதற்கு முன்னரும் அம்பேத்கருடைய நூலினை வாசிப்பதற்கு முன்னருமாகும். இந்த இரு நிகழ்வுகளுக்குப் பிறகே மநுவை உண்மையாக என்னால் புரிந்துகொள்ள முடிந்தது.

பல்வேறு நாடுகளும் உலகுக்கு அவற்றின் கொடைகளும்

உலகில் உள்ள பல நாடுகளும் ஏனைய நாடுகளுக்கு அன்பளிப்பாகக் கொடுப்பதற்கு என்றே ஏதேனும் ஒன்றைத் தம்மிடம் வைத்துள்ளன. இங்கிலாந்து, குடியாட்சி முறையை உலகிற்கு வழங்கியது. பிரான்ஸ், சுதந்திரம் என்னும் கருத்தை வழங்கியது. எகிப்து கலையைப் பிறருக்கு வழங்கியது.

ஆனால் மேற்கண்ட பல அம்சங்களால் இந்தியா பெருமை அடைந்திருந்தாலும், வேறு யாரிடமும் இல்லாத ஒன்று நம் நாட்டில் இருப்பதாக உலகமே பெருமை பாராட்டுகிறதே, அது என்ன? அதுதான் 'இந்தியாவின் ஆன்மிகம்'.

சில விஷயங்களை நாம் கவனத்தில் கொள்ளவேண்டியது அவசியமாகும்.

மேலை நாடுகளில் பெண்ணுரிமை முயற்சிகள்

1800-ல்தான் முதன்முதலில் பெண்களுக்கும் உரிமை கோரும் இயக்கமானது ஐரோப்பாவில் தொடங்கி அமெரிக்காவுக்குப் பரவியது. அதுவரை பெண்களுக்கு வாக்குரிமை இல்லாமல் இருந்ததால், வாக்குரிமை கோரும் இயக்கமாகவே அது முதலில் தொடங்கப்பட்டது. இங்கிலாந்தில் இக்காலகட்டத்தில்தான் 'பெண்களுக்கும் கல்வி வேண்டும்' என்னும் கோரிக்கை வலுப்பெற்றது. அதுவரை கல்விக்கூடங்களில் ஆண்களுடன் சேர்ந்து படிக்கப் பெண்களுக்கு அனுமதி இல்லை.

1848-ல்தான் இங்கிலாந்தில் உள்ள குவீன்ஸ் கல்லூரியில் ஆண், பெண் இருபாலரும் சேர்ந்து படிக்க அனுமதி வழங்கப்பட்டது. 1849-ல் பெட்போர்டு கல்லூரியில் பெண்கள் இடைநிலைக் கல்வியில் சேர அனுமதிக்கப்பட்டனர். 1833-ல் அமெரிக்கப் பல்கலைக் கழகங்களில் பெண்களும் அனுமதிக்கப்பட்டனர். 1900-ல்தான் மருத்துவத்துறை போன்ற தொழிற்கல்விகளில் பெண்கள் அனுமதிக்கப்பட்டனர்.

இந்தியாவில் பிரிட்டிஷ் ஆட்சிக்காலத்தின் தொடக்கத்தில் ஆண்களுக்கு மட்டும்தான் கல்வி வழங்கப்பட்டது. ஆனால் நம் நாட்டின் பாரம்பரியமே இதிலிருந்து முற்றிலும் மாறுபட்டது.

இந்திய சாஸ்திரங்களின் சிறப்பம்சங்கள்

நம் நாட்டின் வாழ்வியல் முறை, மேலைநாட்டினரின் வாழ்வியல் முறையிலிருந்து முற்றிலும் மாறுபட்டது. மேலைநாட்டாருடைய வாழ்வியல் முறையில் மதமும் சமூகமும் வெவ்வேறு ஆனவை அல்ல. பைபிளின் அடிப்படையில் பார்த்தால், அந்தக் கடவுள் ஒரு சமூகத்தை உருவாக்கி, தாமும் அவர்களுடனேயே வாழ்ந்தார். தாவீது மன்னனுடைய ஆட்சிக்காலத்தில் கடவுளுக்கும் சிறப்பான வாழ்வு அமைந்தது. ஆனால் நெபுகத் நெசார் படையெடுப்பின் போது அவரது மக்களைப் போலவே அவரும் தம் இருப்பிடத்தை இழந்தார்.

இவ்வாறு, ஒரு கடவுள் தம் சொந்த மக்களுடனேயே வாழ்ந்தார்; அவர்களுக்காகவே வாழ்ந்தார் (யாத்ராகமம் - விடுதலைப் பயணம் 29:45-46). அதாவது பைபிளில், சமயத் தளமும் இஸ்ரேலிய மக்களின் சமூகத் தளமும் ஒன்றிலிருந்து இன்னொன்றைப் பிரிக்க முடியாததாக அமைந்துள்ளன. பைபிள் என்னும் ஒரே நூலில் கடவுள் சார்ந்த சமயம், அக்கடவுளுடைய மக்களின் வாழ்க்கையைச் சார்ந்த சமூகம், இரண்டும் தொகுக்கப்பட்டிருக் கின்றன. ஆனால் இந்தியச் சமூகங்களில் இவ்விதத் தன்மை இல்லை. சமூகத் தளமும் கடவுள் சார்ந்த சமயங்களின் தளமும் வேறுவேறாக அமைந்துள்ளன.

மேலும் பைபிளில் கூறப்பட்டுள்ளதுபோல, ''ஆகவே மனிதர் விரும்புவதாலோ உழைப்பதாலோ எதுவும் ஆவதில்லை, கடவுள் இரக்கம் காட்டுவதாலேயே எல்லாம் ஆகிறது'' (ரோமர் 9:16) என்று, ஒரு மனிதனுடைய வாழ்க்கையில் அந்த மனிதனுக்கு எந்தவிதப் பொறுப்பும் இல்லை என்று இந்தியச் சமயங்கள் பேசுவதில்லை. பகவத் கீதை, ''தன்னைத் தன்னாலே உயர்த்திக்கொள்க. தன்னை இழிவுறுத்தலாகாது. ஏனென்றால் தானே தனக்கு நண்பன், தானே தனக்குப் பகை'' (தியான யோகம்:ஸ்லோகம் 6) என்று போதிக்கிறது.

மேலும் பரமாத்மா என்னும் கடவுள், கர்த்தா என்ற நிலையில் எவருக்கும் கர்மங்களை உண்டுபண்ணுவதோ அல்லது கர்ம பலன்களை உண்டுபண்ணுவதோ அல்லது 'இதைச்செய்', 'இதைச்

செய்யாதே' என்று உத்தரவிடுவதோ இல்லை. எவருடைய பாவ புண்ணியத்தையும் கடவுள் ஏற்பதில்லை. பாவ புண்ணியங்கள் யாவும் ஒருவருடைய செயலுக்கு ஏற்ப இயல்பாகவே வந்தமைகின்றன (கீதை 5:14-15). அதாவது ஒருவனது உயர்வுக்கும் தாழ்வுக்கும் அவனது சொந்த உழைப்பும் முயற்சியுமே காரணமாகும்.

பகவத் கீதையை அர்ஜுனனுக்கு போதித்த பகவான், தன் போதனைகளை முடித்துவிட்டு கடைசியில் 'யதா இச்சஸி ததா குரு' (மோக்ஷ ஸந்யாஸ யோகம்:ஸ்லோகம் 63) என்று கூறினார். அதாவது, ''மறைபொருளுக்கும் மறைபொருளாகிய ஞானம் உனக்கு உரைக்கப்பட்டுள்ளது. இதை முழுதும் ஆராய்ந்து விரும்பியதைச் செய்'' என்று ஆலோசனை கூறினார். மேலும், ''செயலில் மட்டுமே உனக்கு அதிகாரம் உண்டு. அதனால் வருகின்ற பலன்களைக் கட்டுப்படுத்தும் அதிகாரம் உனக்கு இல்லை. கர்ம பலன்களுக்குக் காரணமானவனாக நீ இராதே'' (2:47) என்றும் அறிவுரை கூறினார்.

இவ்வாறு இந்தியச் சமயங்கள் ஒவ்வொரு மனிதனுக்கும் 'செயல் சுதந்திரம்' அளிக்கின்றன. ஒரு மனிதனுக்கு, கடவுள்கூட உத்தரவிடுவதில்லை. ஏனெனில் ஒரு மனிதன் கடவுள் சொன்னதை மட்டும் நம்பி அதை மட்டுமே செய்து வருவானேயானால் அவனுடைய செயலுக்கு அவன் பொறுப்பேற்க முடியாது; கடவுள்தான் பொறுப்பேற்கவேண்டும். எனவே 'வினைப்பயன்' என எதுவும் அத்தகைய மனிதனுக்குக் கிடைக்க வாய்ப்பில்லை, ஆனால், தங்கள் கடவுளின் கட்டளைகளை இஸ்ரேலியர்கள் அப்படியே பின்பற்றி வாழவேண்டும் என்றும், அப்போதுதான் அவர்களுக்கு நல்வாழ்வு கிடைக்கும் என்றும், அவருடைய கட்டளைகளை மீறுதலே பாவம் என்றும் பைபிள் போதிக்கிறது (இணைச்சட்டங்கள் - உபாகமம் 5:32-33, 6:1-2, லேவியர் 26:3-12, 4:2, மற்றும் புதிய ஏற்பாடு 1 யோவான் 3:4). பைபிள் தருகிற அறிவுரைகளை அப்படியே ஏற்றுச் செயல்படும் ஒரு மனிதனுக்கு 'தன் செயலின் பலனை' தான் அனுபவிக்கவேண்டிய ஒரு நிலை இருக்கக்கூடாது. ஏனெனில் அவனுடைய செயல்களுக்குக் கடவுள்தான் பொறுப்பு ஏற்கவேண்டுமே தவிர செய்தவன் ஏற்க முடியாது. ஆனால் பைபிளில் இதில் ஒரு முரண்பாடு ஏற்படுவதைக் காண்கிறோம். கடைசிக் காலத்தில் நியாயத்தீர்ப்பு நடக்கப் போவதைக் கூறும் பைபிள், நியாயத் தீர்ப்பின் தன்மையைப் பற்றிக் கூறும்போது, ''அவரவர் செயலுக்கு ஏற்ப அவரவர்க்கு நான்

அளிக்கவிருக்கின்ற கைம்மாறு என்னிடம் உள்ளது'' (திருவெளிப்பாடு - வெளிப்படுத்தின சுவிஷேஷம் 22:12) என்கிறது.

ஆனால் இந்தியச் சமயங்களில், அவரவர் செயலுக்கு அவரவர்தான் பொறுப்பேற்க வேண்டியுள்ளது என்பதற்குரிய காரணங்கள் தெளிவுபடுத்தப்பட்டுள்ளன. இந்தியப் பாரம்பரியத்தில் பொதுவாக இரண்டு தளங்கள் உள்ளன. அவற்றுள் ஒன்று:சமூகத்தளம். இதில் தங்கள் வாழ்க்கையை நெறிப்படுத்தி வாழத் தகுந்த சட்டங்களை உருவாக்குதல், அச்சட்டங்களைச் செயல்படுத்தும் விதமான நிர்வாகத்தை ஏற்படுத்துதல், நிர்வாகத்தில் ஏற்படும் முரண் பாடுகளைச் சரி செய்தல், சட்டங்களை மீறுவோருக்கான தண்டனை களை ஏற்படுத்தி நிறைவேற்றுதல் முதலியவை பற்றித் தாங்களே முடிவு செய்து நடைமுறைப்படுத்திக்கொள்ள சமூகத்துக்குப் பொறுப்பு உள்ளது. எனவே அவை சார்ந்த சட்டங்களை தேவை என்றால் ஏற்படுத்திக்கொள்ளவோ, தேவையற்றவை என்றால் திருத்தி அமைக்கவோ அல்லது ரத்து செய்யவோ சமூகத்துக்கு உரிமையுண்டு. கடவுள் இவற்றில் தலையிடுவதில்லை.

மாற்றம் செய்யக்கூடியவை என்பதால் இவற்றை 'ஸ்மிருதி' என்று அழைக்கிறார்கள். மநு தர்மசாஸ்திரம் உட்பட அனைத்து தர்ம சாஸ்திரங்களும் இவ்வகையைச் சார்ந்தவையே.

ஜாதிகள்கூட கடவுளின் ஏற்பாட்டினால் அமைந்தவை அல்ல. பகவத் கீதையில் 'சாதுர் வர்ண்யம் மயா ஸ்ருஷ்டம் குண கர்ம விபாகச' (4:13) என்று 'வர்ணம்' பற்றிய தகவலைத் தரும்போது பிறப்பால் ஒருவருக்கு வந்து அமைவதான ஜாதியாக சமூக அமைப்பினை பகவத் கீதை குறிப்பிடவில்லை. ஒருவர் எந்த ஜாதியில் பிறந்தவராயினும் அவரது குணம் மற்றும் குணம் சார்ந்த செயல்களினால் அமைகின்ற வர்ணம் பற்றியே பகவத் கீதை பேசுகிறது. எனவே இந்தியாவைப் பொருத்தவரை 'ஜாதி அமைப்புகள்' யாவும் சமூக ஏற்பாடுகளே தவிர சமய ஏற்பாடுகள் அல்ல.

'பிறப்பொக்கும் எல்லா உயிர்க்கும்' என்று திருக்குறள் பேசுகிறது. இதனை எல்லோரும் சிறப்பித்துப் பேசுகிறார்கள். ஆனால் இது மநுவின் பாடல் என்பதை நாம் கவனிக்கத் தவறிவிடுகிறோம். ஒருவன் கல்வி கற்றுக்கொண்டு, கற்றதற்கு அடையாளமாக உபநயனம் செய்து கொள்ளுகிறபோதுதன் இரண்டாவது பிறப்பு எனப்படும் 'துவிஜன்' ஆகிறான். படிக்காத நிலையில் அனைவரும்

சூத்திர்கள்தான்; ஏன் பிராமணர்கள் என்றுகூட எவரும் இல்லை என்று மநு பேசுகிறார். *(2:172)*

இப்போது நடைமுறையில் இருக்கும் ஜாதிகளின் எண்ணிக்கை தேவை என்று முடிவு செய்வதிலும், தேவையில்லை என்று கருதினால் அவற்றின் எண்ணிக்கையைக் குறைத்துக்கொள்வதிலும், ஜாதிகள் சமூகத்துக்குத் தேவையே இல்லை என்று கருதினால் அவற்றை ரத்து செய்வதிலும் கடவுளுக்குச் சம்பந்தம் எதுவுமில்லை. எனவே, ஜாதிகளும் 'ஸ்மிருதி' வகையைச் சார்ந்தவையே.

அதாவது, ஜாதிகளுக்கும் கடவுளுக்கும் சம்பந்தமில்லை. இந்தியாவில் ஒரு கோயில் ஒரு சமூகத்தைச் சார்ந்தவர்களுக்கு மட்டுமே சொந்தமாக இருப்பதிலோ அல்லது கோயிலில் ஒரு குறிப்பிட்ட சமூகத்தைச் சார்ந்தவர்கள் மட்டுமே பூஜாரிகளாக இருப்பதிலோகூட கடவுளுக்குரிய பொறுப்பு எதுவுமில்லை.

கோயிலில்தான் வழிபாடு செய்யவேண்டும் என்பதுகூடக் கடவுளுடைய கட்டளை இல்லை. வழிபாட்டின் தொடக்க நிலையில் இருப்பவர்களுக்கே கோயில் என்னும் புற அமைப்புகள் தேவைப்படுகின்றன. திருமூலர், ''உள்ளம் பெருங்கோயில் ஊனுடம்பு ஆலயம்'' எனக்கூறி, வெளியில் கட்டப்பட்டுள்ள கோயில்களைத் தாண்டிய ஒரு வழிபாட்டு முறைக்கு நம்மை அழைக்கிறார். எனவே, ஒரு கோயிலில் யார் பூஜாரியாக இருக்கவேண்டும் என்பது ஒரு சமூக ஏற்பாடே தவிர சமய ஏற்பாடு அல்ல.

ஆனால் பூஜை செய்யும் அதிகாரம் உடையவர்களாக ஒரு குறிப்பிட்ட ஜாதியை மட்டும் பைபிள் அடையாளப்படுத்தி வைத்திருக்கிறது என்பதை எவரும் கவனத்தில் கொள்ளுவது இல்லை. இஸ்ரேலியர்களின் 12 ஜாதிகளுள் ஒன்று லேவி ஜாதியினர். பைபிளின் கடவுளுக்கு பலியிடுதல் முதலான வழிபாட்டு பணிகளை அவர்கள் மட்டுமே செய்யும் உரிமை உள்ளவர்கள் என்றும்; புறஜாதியினர் உட்பட ஏனைய ஜாதியினர் எவரும் அப்பணியை செய்ய முயற்சிக்கக்கூடாது என்றும்; அப்படி செய்ய முற்பட்டால் அவர்கள் கொலை செய்யப்பட வேண்டும் என்றும் பைபிள் பேசுகிறது. (எண்ணாகமம் 3:10) ஆனால் இந்திய கோவியில்களில் இந்நிலை இல்லை.

கோயில்களின்மீது சமூகம் அல்லது ஜாதி சார்ந்த உரிமையும், அதில் பூஜை செய்கிறவர் பற்றிய தகுதிகளும், விரும்பினால் நாம் 'மாற்றம்

செய்துகொள்ளத் தகுந்தவை'. எனவே இவையும் 'ஸ்மிருதி' என்ற நிலையிலேயே அமைகின்றன.

இதுவரை, சமூகத் தளத்திலிருந்து சமயம் சார்ந்த தளம் வேறுபட்டது என்னும் கண்ணோட்டத்தில்தான் நாம் தகவல்களைப் பார்த்துக் கொண்டிருக்கிறோம். பைபிள் போன்ற வேறு நாட்டு சாஸ்திரங் களைப் பொருத்தவரையில் அதுதான் உண்மை. பைபிளில் மேற்கண்ட இரண்டு தளங்களும் ஒரே நூலில் சொல்லப்பட்டிருந் தாலும், அவை இரண்டும் வேறு வேறு அம்சங்களை விளக்குகின்றன.

ஆனால் நம் நாட்டைப் பொருத்தவரை, சமயம் சார்ந்த விஷயங்களைக்கூட சமூகத் தளத்துக்குள் வைத்துத்தான் கருத வேண்டும். அதாவது சமயமே சமூக அமைப்பாக மாற்றப்பட்டு விட்ட ஒரு சிறப்பு நம் நாட்டில் உள்ளது. அப்படியாயின் இரண்டாவது தளமானது, சமயம் என்ற நிலையிலிருந்தும் மேலானதாக உள்ளது. இரண்டாவது தளத்தை சமயத் தளம் என்று கூறுவதற்குப் பதிலாக சமயத் தளத்திலிருந்தும் மேம்பட்ட ஆன்மிகத் தளம் என்று கூறுவதே நம் நாட்டிற்குப் பொருத்தமானதாக இருக்கும். எனவே ஆன்மிகத் தளத்தைப் பற்றிக் காண்போம்.

இந்திய ஆன்மிகமும் அதன் தனிச் சிறப்புகளும்

'ஆன்மிகம்' எனப்படுவது, 'ஆன்மா' அதாவது 'ஆத்மா' சம்பந்தப்பட்ட விஷயங்களை விவரிக்கும் பகுதி.

மதங்கள் போதிக்கும் கடவுளைப் பற்றி விவரிப்பதல்ல ஆன்மிகம். மதங்கள் போதிக்கும் கடவுளைப்பற்றிக் கூறுவது சமயம் ஆகும். மதங்கள் போதிக்கும் கடவுளுக்கும் மேலான தத்துவத்தை - உண்மைப்பொருளை - ஸத்தைப் பற்றிப் பேசும் ஞானம் ஆன்மிகமாகும்.

ஒவ்வொரு மதமும் ஒவ்வொரு கடவுளின் பெயரை நமக்கு அறிமுகப்படுத்துகின்றன. சைவர்கள் சிவன் என்றும், வைஷ்ணவர் விஷ்ணு என்றும், கிறிஸ்தவர்கள் கிறிஸ்து என்றும், காணபத்ய மதத்தினர் கணபதி என்றும் ஒவ்வொரு மதப்பிரிவினரும் தங்களுக்குரிய கடவுளின் பெயர் என ஒரு கடவுளின் பெயரை அறிமுகப்படுத்துவர். ஒரு பிரிவினர் மற்ற பிரிவினர்களின் கடவுளை ஏற்றுக்கொள்ள மாட்டார்கள்.

ஆனால் உபநிஷத்துக்கள் என்னும் வேதாந்தமும், அதனை அடியொற்றிக் கூறப்பட்டுள்ள பகவத் கீதையும் மதங்களின் எல்லைகளைக் கடந்து நமக்குப் போதிக்கின்றன. இதுபற்றி பகவத் கீதை பேசும்போது

'யார் என்னை எப்படி வழிபடுகிறாரோ அவர்க்கு நான் அப்படியே அருள்புரிகிறேன். பார்த்தா, மக்கள் யாண்டும் என் வழியையே பின்பற்றுகின்றனர் (அத்தியாயம் 4:11 சுவாமி சித்பவானந்தர் உரை)'

என்று கூறுகிறது. மேற்கண்ட ஸ்லோகத்தில் இரண்டு விஷயங்கள் அறிவிக்கப்படுகின்றன.

1. உலகில் உள்ள பல்வேறு மதத்தினரையும், அவர்களுடைய மதம் எதுவானாலும், வழிபடும் கடவுளின் பெயர் எதுவானாலும், அம்மதத்தினை பகவத் கீதை முழுமையாக அங்கீகரித்து ஏற்றுக்கொள்கிறது. மதங்களுக்கு இடையே மாறுபாட்டையோ அல்லது வேறுபாட்டையோ இந்திய ஆன்மிகம் காண்பதில்லை.

2. மதங்களைக் கடந்த ஆன்மிகத்தின் பார்வையில் உலகில் உள்ள அனைத்து மதங்களும் ஒன்றுதான். எல்லோரும் 'உண்மையான' கடவுளைத் தங்கள் வழிபாட்டின்மூலம் வழிபட முயல்கின்றனர். இது மிகவும் உயர்ந்த கொள்கையாகும். நம் நாட்டில் மதத்தின் பேராலும் வழிபடும் கடவுளின்பேராலும் மனிதர்களிடையே வேறுபாடு காட்டப்படுவதில்லை. இதுவே வேதாந்தம். இதுவே ஆன்மிகம் எனப்படுகிறது.

இனி 'ஜாதி' என்னும், பிறப்பால் எழும் வேறுபாடுகள்பற்றி வேதாந்தம் என்ன பேசுகிறது எனக் காண்போம்.

இந்தியாவின் சமூகத் தளத்தில், பிறப்பால் மனிதர்களை வேறு படுத்திக் கூறும் இயல்பு இருக்கிறது. பொதுவாகத் தம் ஜாதி உயர்ந்தது என்று நிறுவிட ஒவ்வொருவரும் முயல்கின்றனர். குறிப்பிட்ட ஒரு மனிதருக்குச் சொந்தமானது என ஒரு ஜாதியைக் குறிப்பிட்டுப் பேசுகின்றனர். ஆனால் அந்த ஜாதியைப் பெற்றுக் கொண்டதில் அந்தக் குறிப்பிட்ட மனிதருக்கு எந்தப் பங்கும் இல்லை. அவருடைய ஜாதி என்பது அவருடைய பெற்றோர் களுடைய ஜாதியைச் சார்ந்தது. ஆனால் தங்களுடைய ஜாதியை பெற்றுக்கொண்ட விஷயத்தில் அவருடைய பெற்றோருக்கும்கூட எவ்விதப் பங்கும் இல்லை. அதாவது, ஒரு மனிதருடைய

விருப்பத்தைப்பற்றி அறிந்துகொள்ளாமல், இயல்பாகவே அவர்மீது ஒரு ஜாதி முத்திரை பதிக்கப்படுகிறது. எனில், அந்த ஜாதிகளின் பெயரால் உயர்வு தாழ்வு பாராட்டுவது அறியாமையாகும்.

கி.மு.170-க்கு முன்னர்வரை ஜாதி என்பது இருந்திருந்தாலும்கூட, அது ஒரு சமூக நிறுவனமாகத் திகழவில்லை என்றும், வர்ணம் என்னும் சமூக அமைப்பே ஒரு நிறுவனமாகத் திகழ்ந்தது என்றும் அம்பேத்கர் புரிந்துகொண்டிருந்தார். இத்தகைய வர்ணம் என்பது 'ஒருவருடைய விருப்பத்துக்கும் அவருடைய உழைப்பு சார்ந்த முயற்சிகளுக்கும்' உட்பட்டது. ஒருவர் விரும்பினால் தம் வர்ணத்தை மாற்றிக்கொள்ள வாய்ப்பிருந்தது. இந்தத் தகவல்கள் பலருக்கு வியப்பை அளிக்கலாம். இவை பற்றி விரிவாகப் பின்னர் பார்க்கப்போகிறோம்.

வர்ணம் சார்ந்த சமூக அமைப்பில் ஒருவரை உயர்ந்தவர், தாழ்ந்தவர் என்று பேதம் பாராட்டினால் தவறில்லை. ஆனால் அவ்வித அமைப்பு அழிந்து, அதன்பின் உருவாகியுள்ள ஜாதி சார்ந்த சமூக அமைப்பில் பிறப்பால் உயர்வு தாழ்வு பாராட்டுவது அபத்தமான ஒன்றாகும். மநு இக்கொள்கையை ஆதரிக்கிறார். 'வர்ண கலப்பு' (வர்ண ஸங்கர) பற்றி பேசும்போது மேல்வர்ணம், கீழ்வர்ணம் என எழுதிய அவர், கலப்பு 'ஜாதிகள்' பற்றி எழுதியபோது, மேல் ஜாதி கீழ் ஜாதி என எவரையும் அடையாளப்படுத்திப் பேசவில்லை. ஏனெனில் பிறப்பால் உயர்ந்தவர் என்றோ, அல்லது தாழ்ந்தவர் என்றோ எவரையும் வேறுபடுத்திக்காட்ட அக்கால சமூகம் முயன்றதில்லை.

உபநயனம் செய்துகொள்வதற்கு முன்னர் அனைவரும் நாலாம் வர்ணத்தவர் (சூத்திரர்) என்றுதான் மநு தர்மசாஸ்திரம் அறிவிக்கிறது (2:172). அதாவது, 'பிறப்பொக்கும் எல்லா உயிர்க்கும்' என்னும் பாடலில் திருவள்ளுவர் மநுவை பிறதிபலிக்கிறார். எனவே பிறப்பால் பேதம் இல்லை என்பது மநுவின் கொள்கையாகும். ஆயினும் சமூகத் தளத்தில் பிறப்பால் மனிதர்களிடையே வேறுபாடுகள் காட்டுப்படுவது இன்று கண்கூடு. ஆனால், வேதாந்தத்தில் இது அறவே கிடையாது. இதுபற்றி சாந்தோக்கிய உபநிஷத் அத்தியாயம் 4-ல் ஒரு சம்பவம் விவரிக்கப்படுகிறது.

ஜாபாலா என்னும் ஒரு பெண்ணின் மகன் ஸத்தியகாமன். அவன் ஹாரித்ருமதர் என்னும் ஒரு குருவிடம் பிரம்மச்சாரியாகத் தங்கிக் கல்வி கற்க விரும்பினான். குருவிடம்போய் அதற்குரிய அனுமதி

கேட்கும்போது அவர் தன் குலத்தைப்பற்றி விசாரிப்பார் என்று புரிந்துகொண்ட ஸத்தியகாமன், அவரிடம் போவதற்குமுன் தன் தாயிடம் இதுபற்றி விசாரித்தான். அப்போது அவள், இளமையில் பலவிதமான பணிகளில் ஈடுபட்டிருந்தபோது அவனைப் பெற்றெடுத்ததாகவும், அவனுடைய தந்தை யார் என்பதைத் தம்மால் திடமாகக் கூற முடியவில்லை என்றும் கூறினாள். தன் தந்தை யார் என்பதைக்கூட அறிந்துகொள்ள முடியாத பிறப்பு தன்னுடையது என்பதை அறிந்த ஸத்தியகாமன் குருவைத் தேடிச் சென்றான். அவர் அவனுடைய குலம் பற்றி விசாரித்தபோது தன் தாய் தன்னிடம் சொன்ன தகவலை அவரிடம் அவன் அப்படியே ஒப்புவித்தான்.

அவனிடம் உண்மையை ஒப்புக்கொண்டு அறிவிக்கின்ற மிகச் சிறந்த குணம் இருப்பதைக் கண்ட குரு, ‘குணத்தால் அவன் ஒரு பிராமணன்’ எனக் கணித்து, அவனைத் தம்முடைய மாணவராக ஏற்றுக்கொண்டு கல்வி போதித்தார்.

இதன்மூலம் ஸத்தியகாமனுடைய குலம் பற்றி முடிவெடுக்க உதவிய காரணியானது அவனது குணமே தவிர பிறப்பல்ல என்பதை நாம் காணலாம். இவ்வாறு வேதாந்தம் என்னும் ஆன்மிகம், பிறப்பால் எவரிடமும் வேறுபாடு காட்டுவதில்லை.

வேதங்களை நான்கு என வகைப்படுத்தி வைத்த பெருமைக்குரியவர் வியாசர். அவருடைய தாய் ஒரு மீனவப்பெண். எனவே ஆன்மீகம் சார்ந்த விஷயங்களில் ஒருவடைய பிறப்பு எது என்பதுவோ அல்லது அவருடைய ஜாதி எது என்பதுவோ தேவையற்றதாகவும், அவருடைய தகுதி மட்டுமே கணக்கில் எடுக்க வேண்டிய விஷயமாகவும் இருந்தது.

இனி ஆண் - பெண் சமத்துவம் பற்றிய கொள்கையைக் காண்போம். பிருஹதாரண்யக உபநிஷத் அத்தியாயம் ஒன்றில் உலக சிருஷ்டிக்கு முந்தைய நிலை பற்றிய ஒரு தகவல் தரப்பட்டுள்ளது.

ஒவ்வொரு யுகமும் முடியும்போது அனைத்தும் ஒன்றில் ஒடுங்கிவிடுகிறது. அதுவே அடுத்த யுகத்துக்குரிய சிருஷ்டி ஆகும். இத்தகைய யுகத் தொடக்கத்தில் விராட புருஷ வடிவமான ஆத்மாவே இருந்தது. (இங்கு புருஷன் என்பது ‘ஆண்’ என்ற பொருளில் இல்லை, ஆத்மா என்ற பொருளிலேயே வந்துள்ளது.) அந்த ‘விராட புருஷன்’ ஆணும் பெண்ணும் சேர்ந்த ஓர் உருவினனாக இருந்தது. பின் அந்த விராட புருஷன் தன் சரீரத்தை

இரண்டாகப் பிரித்துக்கொண்டது. 'பதி' (ஆண்) 'பத்தினி' (பெண்) என்று இருவர் தோன்றினர். இது ஒரு கடலையின் இரு பாதிகளைப் போன்றது'' என்று கூறப்பட்டுள்ளது.

பைபிளில் கூறப்பட்டுள்ளதுபோல முதலில் ஆண் தோன்றிய தாகவும் அந்த ஆணிலிருந்துதான் பெண் தோன்றியதாகவும் எனவே ஆணுக்குப்பெண் அடிமைப்பட்டிருக்கவேண்டும் *(1 திமொத்தேயு - 2:11 - 14)* என்ற சூழ்நிலை நம் நாட்டின் ஆன்மிகத்தில் இல்லை.

பிருஹதாரண்யக உபநிஷத் விவரிக்கிற சம்பவத்தின் மூலம் சில செய்திகள் அறிவிக்கப்படுகின்றன.

1. ஒவ்வொரு யுகத்திலும் பழைய உலகம் அழிந்து புதிதாக சிருஷ்டி தொடங்கும் முன்னர் ஆணும் பெண்ணும் சேர்ந்திருக்கின்ற 'விராட புருஷன்' என்னும் வடிவமே உள்ளது.
2. விராட புருஷனின் ஒரே சரீரம்தான் ஆண் என்றும் பெண் என்றும் இரண்டு அம்சங்களாக பிரிகிறது.
3. ஆணும் பெண்ணும் ஒரே கடலையின் இரு பாதிகள் என்று உவமையாகக் கூறப்பட்டுள்ளது. அதாவது ஒரு கடலையின் இரு பகுதிகளும் சமமானவையாகவே இருக்கும். ஆணைவிடப் பெண் உயர்ந்தவள் என்றோ அல்லது பெண்ணைவிட ஆண் உயர்ந்தவன் என்றோ வேதாந்தத்தில் பாகுபாடு எதுவும் கிடையாது. மேலும் கடவுளுக்கு ஓர் உருவம் கொடுக்க முயன்றபோது உமையொரு பாகன் (அர்தநாரீசுவரன்) என்று கொடுக்கப்பட்டுள்ளது. எனவே கடவுளின் மொத்த உருவத்தில் சரிபாதி பெண் என்பதுவே கடவுளின் உருவத்தினுடைய வெளிப்பாடாகும்.

இவ்வாறு வழிபடுகிற கடவுள் என்கிற நிலையில் மதங்களுக் கிடையே வேறுபாடு காட்டுவது என்பதோ அல்லது பிறப்பால் அமைகின்ற ஜாதிகளில் வேறுபாடு காட்டுவது என்பதோ அல்லது ஆண் - பெண் எனப் பாலினத்தால் வேறுபாடு காட்டுவது என்பதோ ஆன்மிகம் எனப்படும் வேதாந்தத்தில் இல்லை.

கடவுள் எங்கிருக்கிறார் என்னும் கேள்விக்கு ஒவ்வொரு மதமும் தமக்கே உரித்தான ஒரு பதிலைத் தருகின்றன. 'சிவன்' என்கிற தன்னுடைய கடவுள் சிவலோகத்தில் இருப்பதாக சைவர்களும், 'விஷ்ணு' என்கிற தங்களுடைய கடவுள் விஷ்ணுலோகத்தில் இருப்பதாக வைஷ்ணவர்களும், 'கர்த்தராகிய ஆண்டவர்' என்னும்

தங்கள் கடவுள் பரலோகம் எனப்படும் விண்ணுலகில் இருப்பதாகக் கிறிஸ்தவர்களும் கூறுகின்றனர். ஆனால் வேதாந்தம் பிரபஞ்சத்தில் உள்ள 'ஒவ்வொரு பொருளிலும்' கடவுள் இருப்பதாகக் கூறுகிறது. கடவுள் இல்லாத பொருளுமில்லை, கடவுளில்லாத இடமுமில்லை என்பதுவே அதன் கொள்கை.

'ஈசா வாஸ்யம் இதம் ஸர்வம்' என்கிறது ஈசாவாஸ்ய உபநிஷத்தின் முதல் ஸ்லோகம். அதாவது 'அனைத்துப் பொருட்களும் கடவுளிலேயே தங்கியிருக்கின்றன. எல்லாப் பொருளாகவும் கடவுளே இருக்கிறார்' என்பது அதன் பொருள். பகவத் கீதையில் இதுபற்றிய ஒரு விளக்கம் தரப்பட்டுள்ளது. விஸ்வரூப தர்சன யோகத்தில் இச்செய்தி உள்ளது.

கிருஷ்ணன் தன்னுடைய உண்மையான உருவத்தை - கடவுளின் உருவத்தை -விஸ்வரூபமாக அர்ஜுனனுக்குக் காட்டினார். அப்போது உலகில் உள்ள ஆறுகள், மலைகள், கடல்கள், சூரியன், சந்திரன், நட்சத்திரங்கள், உலகில் உள்ள மனிதர்கள், ஜீவராசிகள் அனைத்தையும் ஒருங்கே அவன் விஸ்வரூபத்தில் கண்டான். ஏன் கிருஷ்ணனையும் தன்னையும்கூட அந்த விஸ்வரூபத்தில் அவன் கண்டான். கிருஷ்ணனிடம் அன்று அர்ஜுனன் கண்ட அதே காட்சி ஒவ்வொரு ஜீவனிலும் காணக் கிடைக்கும் ஒரு தரிசனமாகும். அதாவது 'தன்னில் எல்லாவற்றையும், எல்லாவற்றில் தன்னையும்' காணும் நிலையே, உயர்ந்த நிலையாகும். இதுவே வேதாந்தத்தின் பார்வையாகும்.

கைவல்ய உபநிஷத் பத்தாவது ஸ்லோகமானது, ''தன்னை எல்லா உயிரினங்களிலும், தன்னில் எல்லா உயிரினங்களையும் தெளிவாக அறிபவன் மேலான பிரமத்தை அடைகிறான். இவ்விதமான அறிவைத்தவிர வேறு உபாயத்தினால் ஒருவன் பிரமத்தை அடைய முடியாது'' என்று கூறுகிறது. பகவத் கீதையின் ஆறாவது அத்தியாயத்தின் 29-30 பாடல்களும் மேற்கண்ட அதே கருத்தை வெளிப்படுத்துகின்றன.

ஜாதி, மத, இன, தேச, கால வேறுபாடுகளைக் காட்டும் அனைத்து விதமான எல்லைகளையும் தாண்டி வியாபித்திருக்கிறவர்தான் கடவுள் என்பதுவும்; எனவே எந்தவிதக் குறுகிய மனோபாவமும் அவருக்கு இல்லை என்பதுவும் வேதாந்தத்திற்கு மட்டுமே உரிய கொள்கையாகும். இதனால்தான் வேறு எந்த மதத்துக்கும் இல்லாத ஆன்மிகப் பரப்பு வேதாந்தத்துக்கு மட்டுமே உண்டு என்பதை நாம் அறிகிறோம்.

வேத, உபநிஷத்தில் சொல்லப்பட்டிருக்கும் கருத்துகளை மக்கள் பின்பற்றத்தக்க விதத்தில் பல்வேறு மதங்கள் இந்தியாவில் உருவாக்கப்பட்டுள்ளன. ஒவ்வொரு மதமும் ஒவ்வொரு கடவுளைத் தமக்குரியதாகக் கொண்டும், அதற்கென தனித்தனியான வழிபாட்டுமுறைகளையும் அனுஷ்டானங்களையும் கொண்டும் சமூகத்துக்குப் பயனுடையதாக அமைக்கப்பட்டுள்ளன.

ஆனால் இத்தகைய எந்தவிதமான குறிப்பிட்ட அனுஷ்டானம் உள்ளதாகவோ வழிபாட்டுமுறை உள்ளதாகவோ வேதாந்தம் இருப்பதில்லை. அனைத்துவகை வழிபாட்டு முறைகளையும் ஏற்றுக்கொண்டும், ஆனால் மதங்களைக் கடந்ததாகவும் வேதாந்தம் உள்ளது. அவ்விதமான வேதாந்தக் கருத்துகளை ஓர் எல்லைக்கு உட்பட்ட ஒரு மதமாக சிருஷ்டித்து சமூகத்துக்கென வழங்கியிருப்பதால், இந்தியச் சமயங்கள்கூட சமூக எல்லைக்குள்ளேயே அமைகின்றன. வேதங்கள், உபநிஷத்துக்கள், பகவத் கீதை ஆகியவை மட்டுமே ஆன்மிகத் தளத்துக்குள் வந்தமைகின்றன.

ஆன்மிக நூல்கள் யாவும் 'வேறுபாடுகள் காட்டுதல்' என்னும் பேதங்களைக் கடந்த 'அபேத' புத்தியை உடையன. காலத்தின் தேவைக்காகவோ, இடத்தின் தேவைக்காகவோ, ஆண் - பெண் என்ற பால் தேவைக்காகவோ, ஜாதிகளின் தேவைக்காகவோ, வழிபடும் கடவுளைப்பொருத்து எழும் சூழ்நிலைகளின் தேவைக்காகவோ அல்லது மனிதர்களுக்கும் வேறுவித ஜீவன்களுக்குமிடையே வேறுபாடு காட்டவேண்டும் என்கிற தேவைக்காகவோ வேதாந்தத்தில் மாற்றம் எதுவும் செய்ய முடியாது. ஒவ்வொருவரையும், ஒவ்வொன்றையும் அதனதன் நிலையில் வேதாந்தம் அங்கீகரிக்கிறது. எவரையும், எதனையும் நிராகரிப்பதில்லை.

இந்துக்கள் சிருஷ்டித்தவரை வழிபடாமல் அவரால் சிருஷ்டிக்கப்பட்டவைகளை வழிபடுகிறார்கள் என்று ஒரு குற்றச்சாட்டு இன்று முன்வைக்கப்படுகிறது. ஆனால் சிருஷ்டி என்பது சிருஷ்டித்தவரின் உருத்தோற்றம் - Manifestation - என்பதை அவர்கள் புரிந்துகொள்ளுவதில்லை. ஆனால் பைபிள் பழைய ஏற்பாட்டின் எண்ணாகமம் என்னும் நூலில், தம் பிள்ளைகள் ஆபத்திலிருந்து தப்பித்துக் கொள்ளுவதற்காக வெண்கலத்தால் செய்த ஒரு பாம்பின் சிலையை வழிபடுமாறு கார்த்தர் அறிவுரை கூறிய தகவலை எவரும் கவனத்தில் கொள்ளுவதில்லை. (எண்ணிக்கை *21:8-9*).

காலத்தாலோ அல்லது இடத்தாலோ அல்லது வேறு தேவைகளுக்காகவோ மாற்றம் எதையும் எப்போதும் செய்யமுடியாத

உண்மையான வஸ்துவாகிய ஆத்மாவைப் பற்றிப் பேசும் நூல்கள்தாம் வேதங்களும் உபநிஷத்துகளும் பகவத் கீதையும். எனவே அவை ஸ்ருதி எனப்படும். மேற்கண்டவற்றுள் பகவத் கீதையானது உபநிஷத்துகளில் உள்ள கருத்துகளையே திரும்பவும் கூறுவதாக உள்ளதால் அதனை ஸ்ருதி என்ற நிலையில் வைக்கக்கூடாது என்று பேசுவோரும் உள்ளனர். ஆனால் மநு தர்மசாஸ்திரம் உட்பட ஏனைய தர்மசாஸ்திரங்கள், தற்கால இந்திய அரசியலமைப்புச் சட்டம் போன்றவை, தேவை ஏற்பட்டால் திருத்தங்களுக்கும் மாற்றங்களுக்கும் உட்படக்கூடியவை ஆகும். எனவே மநு தர்மசாஸ்திரம் போன்றவற்றை ஸ்ருதியாகக் கொள்ள முடியாது. அவற்றை ஸ்மிருதி என்று அழைக்கின்றனர்.

18-ம் நூற்றாண்டில்தான் பெண்களுக்கும் ஆண்களைப்போல வாக்குரிமை வேண்டும் என்ற கோரிக்கையும் கல்வி கற்கும் உரிமை வேண்டும் என்ற கோரிக்கையும் மேலைநாடுகளில் எழலாயின. பல்வேறு போராட்டங்களுக்குப் பிறகுதான் பெண்களுக்கு இவ்வுரிமைகள் கிடைத்தன. ஆனால் இந்தியாவில் நிலைமை வேறு. உலகின் பல்வேறு இலக்கியங்களுள் ரிக் வேதமே காலத்தால் மிகவும் பழமையானது. ரிக் வேதத்தின் முக்கியமான பகுதிகளைச் செய்தவர்களுள் ராத்ரிதேவி, லோமசா, லோபாமுத்ரா, வாகம் பிருணி, யமீ, சசீ முதலான 18 பேர் பெண்கள் என அறிகிறோம். மேலும் மைத்ரேயி, வாகம்பிருணி முதலான பெண்கள் வேத காலத்தில் குருகுலம் அமைத்துப் பாடங்கள் கற்பித்துள்ளார்கள்.

தமிழ்நாட்டில் சங்க காலத்தில் பெண்கள் பலர் கல்வி கற்றவர் களாகவும் புலவர்களாகவும் விளங்கியுள்ளனர். ஔவையார், இளவெயினி, தாயங்கண்ணியார், பாரி மகளிர், பூதப்பாண்டியன் தேவி பெருங்கோப் பெண்டு, வெண்ணிக் குயத்தியார், ஒக்கூர் மாசாத்தியார், காக்கைப் பாடினியார் நச்செள்ளையார், நக்கணையார், மாறோக்கத்து நப்பசலையார் முதலான பலர் பெரும் புலவர்களாக விளங்கியுள்ளனர்.

ஆன்மிக உலகு என்பது எந்தவிதப் பேதமும் காட்டாத ஒன்றாகும். ஆனால் சமூக அமைப்பில் இப்படியொரு நிலை இல்லை. இந்தியாவில் இரண்டும் வேறு வேறு தளங்கள் என்பதைப் புரிந்துகொண்டால் மட்டுமே நம் நாட்டின் பெருமையை நம்மால் உணர்ந்துகொள்ள முடியும். மநு தர்மசாஸ்திரம் என்பது இந்தியச் சமூகங்களைப் பற்றிக் கூறுகிற ஒரு நூலே தவிர, இந்தியச் சமயங்களைப் பற்றிக் கூறுகிற நூல் அல்ல. அதாவது, இந்திய

மதங்களுக்கும் மநு தர்மசாஸ்திரத்துக்கும் எந்தத் தொடர்பும் இல்லை. மநுவில் குறை இருப்பதாகக் கூறிக்கொண்டு, எனவே இந்திய மதங்கள் யாவும் தவறானவை எனப் பிரசாரம் செய்வது தவறான காரியமாகும்.

மநு தர்மசாஸ்திரத்தில் குறை இருப்பதாகக் கூறலாம். குறைகள் உள்ளன என்பதும் உண்மைதான். ஆனால் வேதாந்தத்தில் அத்தகைய களங்கம் எதுவுமில்லை என்பதை நாம் அறியவேண்டும்.

2

ஆபத்துக் காலம்

இப்போது நம் கையில் கிடைப்பதுவும் அளவிட முடியாத விமர்சனங்களைத் தாங்கிக்கொண்டிருப்பதுமான மநு தர்ம சாஸ்திரம் என்னும் நூல், பல்வேறு திருத்தங்களுக்குப் பின் ஏழாவதாக எழுதப்பட்டதாகும்.

வர்ணம் என்கிற ஒரு சமூக அமைப்பானது, எவ்வாறு ஜாதிகள் என்னும் வேறோர் அமைப்பாக மாறியது என்பதுபற்றி அம்பேத்கர் விளக்குகிறார். அதனை நம் கவனத்தில் கொண்டால் மட்டுமே உண்மைகளை அறிய வாய்ப்புண்டு.

மேலும், ஜாதிகள், ஜாதிக்கலப்புகள், சண்டாளர், தீண்டத்தகாதவர் முதலானோர் பற்றிய தகவல்கள் மநு தர்மசாஸ்திரத்தின் பத்தாவது அத்தியாயத்தில் கூறப்பட்டுள்ளன. இந்த அத்தியாயம் ‘ஆபத்துக் காலத் தர்மம்’ என்னும் தலைப்பில் மநு தர்மசாஸ்திரத்தில் விவரிக்கப்பட்டுள்ளது. எனில் அக்காலத்தில் ஏற்பட்ட ஆபத்துக்கள் யாவை, அந்த ஆபத்துக்களைத் தாண்டிச்செல்லும் விதமாய்ச் சமூகம் என்ன ஏற்பாடுகளைச் செய்துகொண்டது என்பன போன்ற விவரங்களை இனிக் காணலாம்.

புதிய மநு தர்மசாஸ்திரம் எழுதப்படவேண்டிய சூழ்நிலை

தர்மசாஸ்திரம் என்று பேசினாலே ‘மநு’ தர்மசாஸ்திரம் மட்டும்தான் நம் கண்களுக்குத் தெரிகிறது. பல்வேறு தர்மசாஸ்திரங்களுள் மநு

தர்மசாஸ்திரம் ஒன்று மட்டுமே என்பதை நாம் கவனிக்கத் தவறிவிடுகிறோம்.

மநுவைத் தவிர காத்யாயனர் தர்மசாஸ்திரம், யாக்ஞவல்கியர் தர்மசாஸ்திரம், நாரத ஸ்மிருதி, விஷ்ணு ஸ்மிரிதி போன்ற பல்வேறு தர்மசாஸ்திரங்களைப் பற்றிய குறிப்புகளை அம்பேத்கர் தருகிறார். பிங்கலம் என்னும் நிகண்டு, மநு தர்மசாஸ்திரம் உட்பட பதினெட்டு வகையான தர்மசாஸ்திரங்கள் பற்றிய தகவல்களைத் தருகிறது:

மநுவே அத்திரி விண்டு வாசிட்டம்
யமம் ஆபத்தம்பம் யாக்ஞவற்கியம்
பராசரம் ஆங்கீரசம் உசனம்
காத்தியாயனம் சமவர்த்தம் வியாசம்
பிரகற்பதி சங்கலிதம் சாதான்மம்
கௌதமம் தக்கம் ஈரொன்பானும்
தரும நூலின் பெயரென சாற்றுவர் *(பிங்கலம் 3:446)*

தற்போதைய மநு தர்மசாஸ்திரத்தில்கூட அத்திரி, கௌதமர், சௌனகர், பிருகு போன்றவர்கள் எழுதிய தர்மசாஸ்திரங்கள் பற்றிய குறிப்புகள் உள்ளன *(3:16)*. இவர்கள் மட்டுமன்றி 'சிலர்' மற்றும் 'வேறு சிலரும்' என்னும் வார்த்தைகள் வழியே, பிறரை மநு குறிப்பிடுகிறார் *(11:45 மற்றும் 3:16,212 மற்றும் 4:221,224 மற்றும் 8:122, மற்றும் 9:19,31,42,61)*.

மநுவின் பெயரால் வழங்கப்படும் தற்போதைய மநு தர்மசாஸ்திரம்கூட முதல் நூல் அன்று.

முதலில் 'மநு' என்பவர் ஒரு நூலை எழுதினார். பிற்காலத்தில் பல்வேறு புதிய அம்சங்களை அதனுடன் சேர்க்கவேண்டியதோ அல்லது அதிலிருந்து நீக்கவேண்டியதோ அவசியமானது. இது, அம்பேத்கர் குழுவால் தொகுக்கப்பட்டுள்ள நம் நாட்டு அரசியல் அமைப்புச் சட்டத்தில் நாம் தற்போது செய்துகொள்கிற திருத்தங்களைப் போன்றதாகும்.

இவ்வாறு முதல் மநு எழுதிய தர்மசாஸ்திரத்தில் மாற்றம் செய்ய வேண்டிய தேவை பிற்காலத்தில் எழுந்தபோது, சுவாரோசிஷஸ் என்பவர் அத்தகு மாற்றங்களைச் செய்து இரண்டாவது மநு தர்மசாஸ்திரத்தை எழுதினார். அவ்வாறே உத்தமர், தாமசர், ரைவதர், சக்ஷீஸ் என்பவர்களும் பல்வேறு காலகட்டங்களில் புதிய நூல்களை மநு தர்மசாஸ்திரம் என்ற பெயரால் எழுதினர் (1:62). கடைசியில் விஸ்வாவசு என்கிற விஸ்வேதேவர் என்பவர் நம்மிடம் இப்போது இருக்கிற ஏழாவது மநு தர்மசாஸ்திரத்தை எழுதினார்.

மனுவின் பெயரால் ஏழு நூற்கள் மட்டுமே மநு தர்மசாஸ்திரத்தில் அறிவிக்கப்பட்டுள்ளன. ஆனால் அபிதான சிந்தாமணி என்னும் நூல் மேற்கண்ட ஏழு பெயர்களுடன் இன்னும் அதிகமாக வேறு ஏழு பெயர்களைச் சேர்த்து மொத்தம் பதினான்கு என மநு தர்மசாஸ்திரங்களின் எண்ணிக்கையை அறிவிக்கிறது. அபிதான சிந்தாமணி கூறும் மற்றவர்களின் பெயர்களாவன:

1) சாவர்ணிய மநு சூரிய புத்திரன்
2) தக்ஷ சாவர்ணி மநு
3) பிரம்ம சாவர்ணி மநு
4) தர்ம சாவர்ணி மநு
5) ருத்ர சாவர்ணி மநு
6) தேவ சாவர்ணி மநு அல்லது ரௌச்சியன்
7) சந்திர சாவர்ணி மநு அல்லது பௌச்சியன்.

பகவத் கீதை, நான்கு மநுக்கள் பற்றிய தகவல்களைத் தருகிறது (10:6). விஷ்ணு புராணம் இயற்றப்பட்டது ஏழாவது மநுவின் காலம் என நாம் அறிகிறோம் (விஷ்ணு புராணம். அம்சம் 3. அத்தியாயம் 1).

நம் நாட்டில் ஏதேனும் ஒரு காலத்தில் ஏதேனும் ஒரு பகுதியில் மநு தர்மசாஸ்திரம் நடைமுறையில் இருந்தபோது, வேறு பகுதிகளில் வேறு தர்மசாஸ்திரங்கள் நடைமுறையில் இருந்திருக்கலாம். அல்லது மநுவின் தர்மசாஸ்திரம் நடைமுறையில் இல்லாத காலமேகூட இருந்திருக்கலாம். எனவே மநு தர்மசாஸ்திரம்தான் இந்தியாவின் ஏக தர்மசாஸ்திரம் என்னும் கொள்கை தவறானதாகும்.

தற்காலத்தில் இத்தகைய தர்மசாஸ்திரங்கள் எவையும் நடைமுறையில் இல்லை. அம்பேத்கர் எழுதிய அரசியலமைப்புச் சட்டம் மட்டுமே தற்போது இந்தியாவில் நடைமுறையில் உள்ளது.

தர்மசாஸ்திரங்களுக்கும் சட்ட நூல்களுக்கும் இடையே உள்ள வேறுபாடு என்னவென்றால், சட்ட நூல்கள் வெறும் சட்டங்களைப் பற்றிய தகவல்களை மட்டுமே அறிவிக்கின்றன. ஆனால் தர்ம சாஸ்திரங்களோ சட்டங்களை மட்டுமின்றி சமூகங்களை மோட்சத்தை நோக்கி வழிகாட்டுகின்ற பணிகளையும் செய்கின்றன. மநு தர்மசாஸ்திரமானது, ஆன்மிகம் சார்ந்த தகவல்கள் எவற்றையும் கூறவில்லை; ஆனால் அவற்றின் தேவை பற்றிய அறிவிப்புகளைத் தருகிறது.

எனவே மநு உட்பட அனைத்து தர்மசாஸ்திரங்களுமே சமூக அமைப்புகளையும் அவற்றுக்குத் தேவையான சட்டங்களைப் பற்றியுமே அறிவிக்கின்றன. முற்காலத்தின் சமூகங்களை 'ஜாதிகள்' என்னும் சொல்லால் அடையாளப்படுத்தவில்லை. 'வர்ணம்' என்னும் சொல்லாலேயே அறிமுகம் செய்கின்றன. 'வர்ணம்' என்பது ஒருவருடைய பிறப்பால் அமைவதல்ல. ஒருவடைய உழைப்பாலும் முயற்சியாலும் பெரு விருப்பத்தாலுமே வர்ணம் அமைகிறது. பகவத் கீதைகூட 'சாதுர் வர்ண்யம் மயா ஸ்ருஷ்டம் குண கர்ம விபாகச' *(4:13)* என்றுதான் பேசுகிறது. நான்கு வர்ணங்களையும் தானே படைத்திருப்பதாக பகவான் கூறுகிறார். ஜாதியும் வர்ணமும் ஒன்றெனக் கருதுகிறவர்கள் மேற்கண்ட பகவத் கீதையின் பாடலை மேற்கோளாகக் காட்டி ஜாதிகளைக் கடவுளே படைத்திருப்பதாகவும், அதனால் 'இந்து சமயம் ஜாதிகளின் மதம்' என்றும், எனவே இந்தியாவில் ஏற்பட்டுள்ள அனைத்து ஜாதி மோதல்கள் மற்றும் தீண்டாமையின் விளைவுகளுக்கும் இந்து சமயமே காரணம் எனவும் முடிவுகட்டி, இந்து சமயத்தின்மீது பழி கூறவும் தொடங்கியுள்ளனர். இது தவறானதாகும்.

ஏனெனில், பகவத் கீதையின் இந்த ஸ்லோகமானது நான்கு வர்ணங் களை பகவான் படைத்ததாகக் கூறுவதோடு நின்றுவிடவில்லை. அவற்றை அவர் படைத்த விதம் பற்றிக் கூறுவதுதான் அதன் முக்கியமான இறுதிப்பகுதியாகும். 'குணத்தின் அடிப்படையிலும் குணம் சார்ந்த செயல்களின் அடிப்படையிலுமே நான்கு வர்ணங் களைப் படைத்ததாக' அந்த ஸ்லோகம் தெளிவுபடுத்துகிறது. அதாவது, பகவத் கீதை கூறும் வர்ணம் என்பது பெற்றோர்களால் நிர்ணயிக்கப்படுவதல்ல. ஒருவருடைய உழைப்பு மற்றும் முயற்சி களால் அமைவது. எனவே ஒருவர் தம்முடைய சொந்த முயற்சியினால் தம்முடைய வர்ணத்தை மாற்றிக்கொள்ளலாம். ஆனால் ஜாதி இத்தகையது அல்ல. அதனை எவரும் மாற்றிக் கொள்ள முடியாது. ஒருவருடைய பெற்றோர்கள்மூலமாக இயற்கை யாகவே அவருடைய ஜாதி வந்தமைகிறது.

பகவத் கீதையில், கடவுள் ஜாதிகளைப் படைத்தார் என்று எங்குமே இல்லை. ஆனால், யாக்கோபு எனப்பட்ட இஸ்ரவேல் என்பவருடைய சந்ததியினரை பன்னிரண்டு ஜாதிகளாக (tribes) உருவாக்கி, அந்த ஜாதிகளுக்கு மட்டுமே தாம் கடவுளாக இருப்பதாக பைபிளின் கடவுள் கூறுகிறார் *(ஆதியாகமம் - தொடக்கநூல் 17:7* மற்றும் யாத்திராகமம்-விடுதலைப் பயணம் *29:45,46)* ஆனால், இந்தியாவில் உள்ள மதங்கள் எவையுமே தம்மை ஜாதிகளின் மதமாக அடையாளப்படுத்திக்கொள்ளவில்லை.

நம்முடைய வேதங்களிலும் பண்டைய சாஸ்திரங்களிலும் வர்ணம் சார்ந்த சமூக அமைப்புகளே கூறப்பட்டுள்ளன. அதாவது ஒரு மனிதனுடைய பிறப்பினால் பேதம் காட்டுகிற பாரம்பரியம் நம்மிடம் இல்லை. ஆனால் தற்காலத்தில் நாம் காணுகிற நடை முறைகள் யாவும் வேதங்கள் கூறுகிற பாரம்பரியத்திலிருந்து முரண்பட்டவைகளாகவே உள்ளன. என்ன காரணம்?

காரணம் என்னவென்றால், வர்ணம் என்கிற மிகச் சிறந்த சமூக அமைப்பானது காலப்போக்கில் ஜாதிகள் என்கிற சமூக அமைப்பாக உருமாற்றம் அடைந்துவிட்டது. இந்த மாயாஜாலம் ஏதோ ஒரு காலத்தில் நடந்துவிட்டது.

வர்ணம் என்னும் சிறந்த ஒரு சமூக அமைப்பானது எவ்விதம் ஜாதி என்னும் சமூக நிறுவனமாக மாறிப்போனது என்பதுபற்றி அம்பேத்கர் தெளிவாக எழுதுகிறார் (பார்ப்பனியத்தின் வெற்றி-பக்:43-50). அவர் வர்ணம் என்பதற்கு இரண்டு பொருள் இருப்பதாக அறிவிக்கிறார். அவை: அந்தஸ்து, தொழில். இவை இரண்டும் பரம்பரையாக வருவதல்ல என்றும், மாற்றத்திற்கு உட்பட்டவை என்றும் அவர் எழுதுகிறார். அம்பேத்கர் குறிப்பிடும் வர்ணத்தைப் பற்றித்தான் பகவத் கீதை பேசுகிறதே தவிர, மாறாத தன்மை உடைய ஜாதியைத் தாம் படைத்ததாக பகவத் கீதை பேசவில்லை.

ஆனால் ஜாதியும் வர்ணமும் ஒன்று எனக் கருதும் இப்பிழை ஏன் ஏற்பட்டது? அதுபற்றியும் அம்பேத்கர் தெளிவுபடுத்துகிறார். இக்குழப்பத்திற்கு மூல காரணம் 'பிராமணர்' என்ற சொல்லை நாம் பயன்படுத்தும் முறையாகும்.

பிராமணர் என்ற சொல் இன்று ஒரு ஜாதிக்கு உரிய சொல்லாக ஆகிவிட்டது. ஜாதி என்கிறபோது அது ஒருவருடைய பெற்றோரிட மிருந்து பெறக்கூடியதாகவும் மாற்ற முடியாததாகவும் உள்ளது. ஆனால் இதே சொல் வேதங்களில் ஜாதியைக் குறிப்பிடுவதாக இல்லை. வர்ணத்தையே குறிப்பிடுகிறது. பிராமணர்களை ஒரு வர்ணமாக இலக்கியங்களில் படிக்கிறோம். ஆனால் நம் கண்ணெதிரே ஜாதிகளாக அவர்களைப் பார்க்கிறோம். வரலாற்றைத் தெரியாதவர்கள் இரண்டும் ஒன்றென மயங்கி நிற்கின்றனர்.

ஒரு காலத்தில் வர்ணமாக இருந்த பிராமணர் இன்று ஜாதியாக எவ்வாறு மாறினர்?

சமூக அமைப்பில் மூன்று மாற்றங்கள் நிகழ்ந்ததாகவும், முதல் இரண்டு நிலைகளிலும் வர்ணம் என அறியப்பட்ட பிராமணர்,

மூன்றாவது நிலையில் ஜாதியாக மாற்றப்பட்டனர் எனவும் அம்பேத்கர் எழுதுகிறார்.

அக்கால சமூக அமைப்பில், 'மாறும் தன்மை' வெளிப்படுகிறது. முதல் நிலையில் இரண்டு அதிகாரிகள் குழு (Board of Interview), மக்களை ஆய்வு செய்து, தகுதியானது என அவர்கள் கருதிய வர்ணத்தை மக்களுக்கு வழங்கினர். பெற்றோருக்கு அதில் எந்தப் பங்கும் இருக்கவில்லை.

முதலில் ஓர் அதிகாரிகளின் குழு சென்று ஒரு வாழிடத்தில் உள்ள மக்களைச் சந்திப்பர். இந்த குழுவிற்கு 'மநு' என்பது பெயர். (தர்மசாஸ்திரத்தை எழுதிய மநுவுக்கும் இக்குழுவுக்கும் ஏதேனும் தொடர்பு உண்டா என்பது பற்றிய தகவல் எதுவுமில்லை.) மநு என்கிற இக்குழுவினர், தம் முன்னிலையில் வந்து கூடுகிறவர்களில் சத்திரியர்களாகவும் வைசியர்களாகவும் இருப்பதற்குத் தகுதி உடையவர்களைத் தேர்வு செய்வார்கள். அவ்வாறு தேர்வு செய்யப்பட்ட சத்திரியர்களும் வைசியர்களும் 'சப்தரிஷிகள்' என்னும் வேறொரு அதிகாரிகள் குழுமுன் ஆஜர் ஆவார்கள். அவர்களிலிருந்து பிராமணர்களாக இருப்பதற்குத் தகுதி உடையவர்களை அந்தக் குழு தேர்வு செய்யும்.

இவ்வாறு வர்ணம் என்கிற நிலையில் சமூக அமைப்பானது 'தேர்வு செய்யப்படுகிற' ஒன்றாக இருந்ததே தவிர பிறப்பால் வந்தமைவ தாக இல்லை. அவ்வாறு ஒருவர் தேர்வு செய்யப்படுவதற்கு அவரது சொந்த தகுதியும் திறமையும்தான் தேவைப்பட்டனவே தவிர, அவருடைய பெற்றோர் யார் என்கிற தகவல் இல்லை.

எனில், சூத்திரர் என்பவர் யாராக இருக்கக்கூடும்? மேற்கண்ட மூன்று வர்ணங்களுள் ஏதேனும் ஒன்றில் நிலை நிறுத்தப்படும் விதமான தகுதி இல்லாதவர்களும் அல்லது மேற்கண்ட தேர்வுகளில் பங்கேற்காதவர்களுமே சூத்திரர்களாக இருந்தார்கள் *(பார்ப்பனியத்தின் வெற்றி- பக்:45)*.

மேற்கண்ட வர்ண ஏற்பாடானது வெறும் நான்கு ஆண்டுகளுக்கு மட்டுமே உரியதாக இருந்தது. அந்தக் காலவரம்பு முடிந்ததும் அனைவரும் மீண்டும் அதே குழுக்கள்முன் ஆஜராகி தங்களுடைய 'புதிய' வர்ணத்தைப் பெற்றுக்கொள்ளவேண்டும். இந்த முறையின் குறிப்பிடத்தக்க சிறப்பு என்னவென்றால், கடந்தமுறை பிராமணராகத் தேர்வு செய்யப்பட்டவர், இம்முறை சூத்திரர் ஆகிவிடும் வாய்ப்புகள் உண்டு. அதுபோல் கடந்தமுறை சூத்திரர் என்று இருந்தவர், இந்த முறை பிராமணர் எனத் தகுதி பெற வாய்ப்பு

உண்டு. கடந்தமுறை சூத்திரராக அல்லது பிராமணராக இருந்தவர் வைசியராகவோ அல்லது சத்திரியராகவோ மாறவும் வாய்ப்புகள் உண்டு. அதாவது ஒரே மனிதர் தன் வாழ்நாளுக்குள்ளேயே பல்வேறு வர்ணங்களைப் பெற்றுவிடக்கூடிய வாய்ப்புகள் உண்டு.

மேற்கண்டவாறு தேர்வு செய்யப்படுகிற வர்ண முறையில் ஒரு மாற்றம் நிகழ்ந்துவிட்டதாக அம்பேத்கர் எழுதுகிறார். அதன் பின்னர் இரண்டாவது சமூக அமைப்பு முறை தோன்றியது.

இரண்டாவதாகத் தோன்றிய சமூக அமைப்பில் 'குருகுலம்' நடை முறைக்கு வந்தது. இக்காலகட்டத்தில் குருவின் மூலம் ஒருவன் பெறும் கல்வியும் ஏனைய பயிற்சிகளும் அவனது வர்ணத்தைத் தீர்மானிக்கும் காரணிகளாக அமைந்தன.

ஒருவனுடைய தந்தை பிராமணனாக இருந்து, அவரே ஒரு குருவாக இருந்தாலும், அவரது மகன் அவர்மூலம் முறையான கல்வியையோ அல்லது வர்ணத்தையோ பெற்றுக்கொள்ள வாய்ப்பு இருந்ததாகத் தெரியவில்லை. அவன் தன் தந்தையிடம் சில சந்தேகங்களுக்கு விளக்கம் பெறலாமே தவிர வர்ணத்தைப் பெறத்தக்கதான முறையான கல்வியை வேறொரு குருவிடம் சென்று, தங்கிப் படித்த பின்னரே பெற முடியும். இவ்வாறு சென்று தங்கிப் படிக்கும் மாணவரை 'பிரம்மச்சாரி' என்று அழைப்பார்கள்.

ஒரு பிரம்மச்சாரி, ஒரு குருகுலத்தில் பன்னிரண்டு ஆண்டுகள் தங்கி வேதங்களையும் ஏனைய சாஸ்திரங்களையும் படிக்கவேண்டும். அந்தக் காலகட்டத்தில் அவன் தன் ஆசிரியரோடு தங்கியிருப்பதால் அவனுடைய அனைத்து குணங்களையும் ஆசிரியரால் துல்லிய மாகக் கண்டறிய முடியும். பன்னிரண்டு ஆண்டுகள் கல்வி முடிந்ததும் 'ஸமாவர்த்தன ஸமயம்' என்னும் ஒரு சடங்கின் மூலம் மாணவனுக்கு 'உபநயனம்' செய்துவைக்கப்படுகிறது (3:4). ஒவ்வொரு மாணவனுடைய வர்ணமும் அப்போதுதான் அறிவிக்கப் படுகிறது. இக்காலத்தில் தன் மகனுக்கு உபநயனம் செய்துவைக்கும் உரிமை ஒரு தந்தைக்குக் கிடையாது.

முதலில் இருந்த வர்ண-ஏற்பு முறைக்கும் இரண்டாவதாக ஏற்படுத்தப்பட்ட முறைக்கும் இடையே ஒரு பெரிய வேறுபாடு இருந்தது. முதலில் இருந்த முறைப்படி ஒரே மனிதன் தன் வாழ்நாளுக்குள்ளேயே எல்லா வர்ணங்களுக்கும் மாறிவிடக்கூடிய வாய்ப்புகள் இருந்தன. ஆனால் இரண்டாவது முறையில் அப்படிக் கிடையாது. தன் குருவிடம் ஸமாவர்த்தன ஸமயம் என்னும்

சடங்கின் மூலமாக ஒருவன் பெற்றுக்கொண்ட வர்ணமானது அவன் வாழ்நாள் முழுவதும் மாறாமலே இருக்கும்.

ஆயினும் ஒரு பிராமணர் தன் தகுதிக்குப் பொருந்தாத வாழ்வு நடத்தினால் அவரை பிராமணர் எனும் அந்தஸ்திலிருந்து உடனே விலக்கிவிடும் உரிமை, மநு தர்மசாஸ்திரத்தில் அறிவிக்கப் பட்டுள்ளது. அதுபற்றிப் பின்னர் பார்ப்போம்.

இரண்டாவது முறையான குருகுல முறைப்படியும்கூட, ஒரு பிராமணருடைய மகன்தான் பிராமணராக முடியும் என்பதோ, அல்லது ஒரு சூத்திரருடைய மகன் பிராமணராக முடியாது என்பதோ இல்லை. இந்த முறையிலும் வர்ணமானது பாரம்பரியமாக, தலைமுறைத் தன்மை கொண்டதாக இல்லை. இம்முறையே சிறந்தது என அம்பேத்கர் கருதுகிறார் (பார்ப்பனியத்தின் வெற்றி-பக்:47-48).

மேற்கண்ட இரண்டாவது நிலையிலும் ஒரு மாற்றம் நிகழ்ந்தது. சமூகத்தின் இந்த மூன்றாவது நிலையின்போது 'மாறும் தன்மையுடைய' வர்ணமானது 'மாறாத தன்மையுடைய' ஜாதியாக மாற்றப்பட்டது. இக்காலகட்டத்தில் உபநயனம் செய்துவைக்கும் பொறுப்பை குருவிடமிருந்து மாணவனின் தந்தையானவர் பலாத்காரமாக எடுத்துக்கொண்டார் என்று அம்பேத்கர் எழுதுகிறார்.

ஆனால் அக்கால வரலாற்று நிகழ்வுகளைப் படிக்கும்போதும், மநு தர்மசாஸ்திரத்தில் சொல்லப்பட்டுள்ள தகவல்களைப் பார்க்கும் போதும், ஒரு குழந்தையின் தந்தையிடம் அவருடைய குழந்தைக்கு உபநயனம் செய்துவைக்கும் பொறுப்பு ஒப்படைக்கப்பட்டதே தவிர, அவர் அதனைப் பறித்து எடுத்துக்கொள்ளவில்லை என்பதை அறியலாம். அதற்குரிய விளக்கத்தைக் காண்போம்.

தற்போதைய மநு தர்மசாஸ்திரம் எழுதப்பட்ட காலம் கி.மு. 170 - 150 என அம்பேத்கர் கணிக்கிறார். இது அசோகருடைய காலத்துக்கும் சுமார் 80 ஆண்டுகள் பிந்தையது.

தமிழகம் நீங்கலாக ஏறக்குறைய இந்தியா முழுவதையும் அசோகர் ஆட்சி செய்தார். புத்த மதத்தை அரசாங்க மதமாக்கியதன் மூலம் மதம் சார்ந்த ஆட்சி நடத்திய முதல் மன்னர் அவர்தான். அசோகருக்கு முன்னர்வரை வேதங்களைக் கற்பிக்கும் பணியைச் செய்துவந்த பிராமணர்களைப் பாதுகாப்பது மன்னருடைய கடமையாக இருந்து வந்தது. ஆனால் புத்த மதம் வேதங்களுக்கு எதிரானது. அதனை அசோகர் அரசாங்க மதமாக்கியதால் வேதங் களைக் கற்பிப்பதற்கு மன்னனால் வழங்கப்பட்டுவந்த ஆதரவும்

மானியங்களும் நிறுத்தப்பட்டன. பிராமண ஆசிரியர்களுக்கு வழங்கப்பட்டுவந்த பாதுகாப்பும் இல்லாது போயிற்று. மன்னர்களுடைய நடைமுறைகளால் பிராமணர்கள் வறுமையில் வாடினர். வேதங்கள் பழிப்புக்கு உள்ளாயின. அவற்றைக் கற்றுக் கொள்வதற்கான ஆர்வமும் சமூகத்தில் குறைந்துபோய்விட்டது *(11:21-23)*.

அதுவரையிலும் வேதங்கள் எழுத்து வடிவில் எழுதப்பட்டிருக்க வில்லை. குரு-சிஷ்ய பரம்பரை மூலம் மாணவர்களுக்கு வாய் மொழியாக போதிக்கப்பட்டு பரம்பரை பரம்பரையாக அவை பாதுகாக்கப்பட்டுவந்தன. குரு-சிஷ்ய பரம்பரை அழிந்துபோனால் பாதுகாக்க ஆளின்றி வேதங்கள் அழிந்துவிடும் என்று அக்காலத்தைய பெரியோர் அஞ்சினர்.

இதனை 'ஆபத்துக் காலம்' என்று மநு தர்மசாஸ்திரம் அழைக்கிறது *(11:29)*. ஆயினும் புத்தமதம் விரைவில் அழிந்துவிடும் என்று பெரியோர் கருதியிருந்தனர் *(12:96, ஸ்ரீ இந்து 12:95)*. எனவே ஆபத்துக் காலம் எனக் கருதப்பட்ட அந்த இடைக்காலத்துக்கென சட்ட விதிகளில் சில மாற்றங்கள் செய்ய முடிவு செய்யப்பட்டது. எனவே புதிய சட்ட விதிகளை ஏற்படுத்துவதற்கென ஒரு குழு அமைக்கப் பட்டது. அதில் விஸ்வேதேவர், சாத்யர் மற்றும் மாமுனிவராகிய பிராமணர் ஆகியோர் உறுப்பினர்களாக இருந்தனர் *(11:29)*. அக்குழுவானது கூடி வேதங்களைப் பாதுகாக்கும்விதமாக, பிராமணர்களுக்கு ஆதரவாக எடுக்கவேண்டிய நடவடிக்கைகள் குறித்து ஆய்வு செய்தது. கீழ்க்கண்ட பிரச்னைகளுக்குத் தீர்வு காணவேண்டும் என்று அக்குழு முடிவு செய்தது.

1. பிராமணர்களாகப் பொறுப்பேற்று வேதங்களைக் கற்பிக்க சமூகத்தில் ஒரு தயக்கம் நிலவியது. அதனை மாற்றிடவும் பிராமணர்கள் எண்ணிக்கையில் குறைந்து போகாமலும் இருக்கும்படிச் செய்தல்.

2. குருகுலக் கல்வியின்மூலம் புதிய பிராமணர்களை உருவாக்க முடியவில்லை. எனவே புதிய பிராமணர்களை அடையாளம் கண்டு அவர்களுக்கு உபநயனம் செய்துவைத்தல்.

3. பிராமணர்களுக்கு அதிகமானதாக இருந்துவந்த தண்டனை களைக் குறைத்தல்.

4. பிராமணர்களின் பொருளாதார நிலையைச் சீரமைத்தல்.

5. அரசனுடைய ஆதரவு இல்லாமல் போனதால் வெளியிலிருந்து பிராமணர்களுக்குக் கிடைத்துவந்த ஆதரவுகளும் உதவிகளும்

நின்றுபோயின. எனவே அதற்குரிய மாற்று ஏற்பாடுகளைக் கண்டறிதல்.

மேற்கண்ட பிரச்சினைகளுக்குத் தீர்வு கண்டால் மட்டுமே பிராமணர்களைப் பாதுகாக்கவும், அதன்மூலம் வேதங்களைப் பாதுகாக்கவும் முடியும் என்று சமூகம் கருதியது.

எனவே பிராமணர்களுக்கு ஆதரவான நிலை என்னும் அடிப்படையில், புதிய சட்டங்களுடன் புதியதொரு மநு தர்மசாஸ்திரம் எழுதப்படவேண்டியது அவசியமாயிற்று.

வேதங்களுக்கு ஏற்பட்ட இடையூறுகளும் ஆபத்துக் காலமும்

கி.மு.170-க்குமுன், ஆறாவது மநுவான சக்ஷீஸ் தொகுத்த மநு தர்மசாஸ்திரம் நடைமுறையில் இருந்துவந்தது. அதுவே எக்காலத்திற்கும் உரிய சட்டநூல் என்றும்; ஆனால் அப்போதைய ஆபத்துக் காலத்தில் அதனைத் தற்காலிகமாக ஒதுக்கிவைப்பது என்றும் அக்காலச் சமூகம் கருதியது.

வேதங்களுக்கும், அவற்றைக் கற்பித்துவந்த பிராமணர்களுக்கும் ஏற்பட்ட ஆபத்துகளுக்குக் காரணமாகப் புதிய மதமாகிய புத்தமதம் இருந்தது. அது விரைவில் அழிந்துவிடும் என்று எதிர்பார்த்து, கீழ்க்கண்டவாறு தங்கள் நம்பிக்கையை பெரியோர்கள் மநு தர்மசாஸ்திரத்தில் வெளியிட்டார்கள்:

> வேதத்திற்கு மாறாகக் கற்பிக்கப்படும் சாஸ்திரங்கள் விரைவில் அழிவன. மேலும் புதிதாக கற்பிக்கப்படுபவற்றைக் கடைப்பிடித்தால் யாதொரு பலனும் இருக்காது. ஏனெனில் வேதத்தின் பிரமாணம் இல்லாத அவை வெறும் பொய்களே ஆகும். *(12:96. ஸ்ரீ இந்து 12:95).*

அவ்வாறு புதிய மதமாகிய புத்தமதம் விரைவில் அழிந்துபோனதும் மீண்டும் பழையபடி சக்ஷீஸ் தொகுத்த ஆறாவது மநு தர்ம சாஸ்திரத்தைப் பின்பற்றலாம் என்றும், புத்த மதத்தின் எழுச்சியினால் ஏற்பட்டிருந்த தேக்கநிலையை எதிர்கொள்ளும் விதமாக புத்தமதம் அழிந்துபோகிற காலம்வரையிலும் ஓர் இடைக் கால ஏற்பாடாக புதிய மநு தர்மசாஸ்திரம் ஒன்றை எழுதிக்கொள்வது என்றும் தீர்மானிக்கப்பட்டது. எனவே ஆபத்துக் காலங்களில் ஹோமம் செய்யும் முறை, அவசரகாலச் சட்டங்கள் ஆகியவை குறித்து முடிவெடுத்து, அவற்றையே புதிய மநு தர்மசாஸ்திரமாக எழுதும்விதமாக ஒரு குழு அமைக்கப்பட்டது. அதுபற்றி மநு தர்மசாஸ்திரம் இவ்வாறு கூறுகிறது:

விஸ்வேதேவர், சாத்யர், அந்தணர், மாமுனிவோர் அனைவரும் கூடி முக்கிய தர்மத்தையே ஆபத்துக் காலத்திலும் கடைப் பிடித்தால் உயிருக்கு ஊறு வராமல் இருக்கும்பொருட்டு விசேஷமாகச் சில தருமங்களைக் கற்பித்தார்கள். ஆதலால் தீராப் பொறியாகச் செய்வனவற்றிற்குக் குற்றமில்லை. இதற்குக் கெவுண தர்மம் என்று பெயர் *(11:29)*.

மேற்கண்ட பாடலில் 'முக்கிய தர்மம்' எனக் கூறப்பட்டுள்ளது ஆறாவது மநு தர்மசாஸ்திரமே என்பது எளிதில் விளங்கும். ஒருவனுக்கு மரணபயம் வந்தபோதும் மற்றும் ஆபத்துக் காலத்திலும் பின்பற்றவேண்டிய நடைமுறைகள் பற்றி இந்தப் பாடலில் அதிகமான அழுத்தம் கொடுத்திருப்பதாக ஸ்ரீ இந்து பதிப்பு சொல்கிறது. ஆனால் தற்போதைய மநு தர்மசாஸ்திரத்தின் பத்தாவது அத்தியாயம் முழுவதுமே 'ஆபத்துக் கால தர்மம்' பற்றியதுதான் என்பது கவனிக்கப்படவேண்டும். ஆபத்துக் கால தர்மம் என்பது உண்மையில் யாது என்பது பற்றிப் பார்த்துவிட்டு பின்னர் வரலாற்றின் தொடர்ச்சியைக் காணலாம்.

ஒன்பதாவது அத்தியாயம்வரை பல்வேறு தர்மங்களைக் கூறிவிட்டு ''இனி ஆபத்துக் கால தர்மம் பற்றி பேசப்போகிறேன்'' என்று மநு அறிவிக்கிறார் *(9:336)*. அதுபோல பத்தாவது அத்தியாயம் முழுவதும் பேசிவிட்டு கடைசியில்,

> இதுவரை நால் வர்ணத்தாருக்கும் ஆபத்துத் தருமம் கூறியாயிற்று. இவற்றைச் சரிவர நடத்துவோர் நற்கதியடைவர் *(10:130. ஸ்ரீ இந்து 10:119)*.

என்று கூறி முடிக்கிறார். எனவே பத்தாவது அத்தியாயம் முழுவதும் ஆபத்துக் காலத்திற்குரிய தர்மங்களாகும். ஆனால் மொழி பெயர்ப்பாளர்கள், இதுபற்றிய விழிப்புணர்வு இல்லாமையால் வெறுமனே 'தனி மனித' உயிருக்கு ஆபத்து ஏற்பட்ட காலத்தில் கடைப்பிடிக்கவேண்டிய விதிகள் என்று கருதிவிடுகின்றனர்.

பொதுவாக, இன்றும்கூட, அக்காலத்தில் தோன்றியிருந்த ஆபத்துக் காலம் பற்றிய கவனம் இல்லாமலேயே பலரும் மநுவைக் குறை கூறுகின்றனர். மீண்டும் வரலாற்றின் தொடர்ச்சியைக் காண்போம்.

ஆபத்துக் காலத் தருமம்

ஆபத்துக் காலத்திற்குரிய சட்டங்கள் பற்றி விவாதிப்பதற்காக ஒரு குழு அமைக்கப்பட்டதாக *(11:29)* ஏற்கெனவே பார்த்தோம்.

ஏ.கே. கோபாலன் பதிப்பில் ‘விஸ்வேதேவர், சாத்யர், அந்தணர் மற்றும் மாமுனிவர்’ என நான்கு பேர்கள் கூடி முடிவெடுத்ததாக அறிகிறோம். ஸ்ரீ இந்து, ‘விஸ்வேதேவர்களும் தேவர்களும் சாத்யர்களும் பிராமணர்களும் மற்றும் மகரிஷிகளும்’ கூடி முடிவெடுத்ததாகச் சொல்கிறது. இதில் மொத்தம் ஐந்து பேர் குழுவில் இருந்ததாகச் சொல்கிறது. மேலும் ஒவ்வொரு பெயருமே ‘பலர்’ என்னும் பொருள்படும்படிப் பன்மையில் கூறப்பட்டுள்ளது. மரியாதைநிமித்தமாகவே இவ்வாறு எழுதப்பட்டுள்ளதாக அறிஞர்கள் கருதுகின்றனர். எனவே ஸ்ரீ இந்துவின்படி ஐந்துபேர்கள் கூடி முடிவெடுத்தனர். ஆபத்துக் காலத்தில் (புத்த மதம் எழுச்சி பெற்றிருந்த காலத்தில்) வேள்வி செய்யத் தடை இருந்த காரணத்தால் ஒரு வருடம் தடைபட்டுப்போனாலும்கூட வைஷ்வாநர யக்ஞம் மூலம் ஸோம வேள்வி செய்த பலனை அடையலாம் (11:27) என்று முடிவெடுக்கப்பட்டது.

ஆனால் சமஸ்கிருத ஸ்லோகத்தின்படிப் பார்த்தால், வெறும் மூன்று பேர் மட்டுமே கூடி முடிவெடுத்ததாக அந்தப் பாடலுக்குப் பொருள் கொடுக்கிறார்கள். ‘மகரிஷிகளும்’ ‘பிராமணர்கள்’ என்ற சொற்களுக்குத் தனித்தனியே பொருள் கொள்ளக்கூடாது என்றும் ‘மகரிஷியாகிய பிராமணர்’ என்று ஒரே ஆளாகக் கருதவேண்டும் என்கிறார்கள். பியூலர் இதை

> By the Visve - devas, by the Sadhyas, and by the great Sages of the Brahmana caste, who were afraid of perishing in times of distress, a substitute was made for the principal rule.

என்று எழுதுகிறார். இவ்வாறு, நடைமுறையில் இருந்துவந்த முக்கியமான தர்மம் என்னும் சட்டங்களுக்கு மாற்றாக இடைக்கால ஏற்பாடாக ஓர் ஆபத்துக் காலச் சட்டம் இயற்றப்பட முடிவு செய்யப்பட்டது அதற்கென ஒரு குழுவும் அமைக்கப்பட்டது.

நாம் ஏற்கெனவே பார்த்த உதாரணத்தையே மீண்டும் கூறுகிறேன். 1962-ல் இந்தியாமீது சீனா போர் தொடுத்தபோது நாட்டுக்கு ஏற்பட்ட ஆபத்தை மனத்தில்கொண்டு, ஏற்கெனவே இருந்த அரசியலமைப்புச் சட்ட உரிமைகள் அனைத்தையும் தற்காலிகமாக நிறுத்திவைத்துவிட்டு, போர் முடிந்து மீண்டும் இயல்புநிலை திரும்பியபோது பழைய சட்டங்கள் நடைமுறைப்படுத்தப்பட்டது அல்லவா? அதற்கு ஒப்பானதே மேற்கூறிய நிகழ்வு.

மேற்கண்டவாறு, ஆபத்துக் காலத்துக்குரிய நடைமுறைகளைப் பற்றி ஆய்வு செய்வதற்கு என நியமிக்கப்பட்டவர்களுள் ஒருவர்

விஸ்வேதேவர். அந்தக் குழுவினர் கூடி எடுத்த முடிவுகளை விஸ்வேதேவர் ஒரு 'புதிய' மநு தர்மசாஸ்திரமாக எழுதினார். இதுவே ஏழாவது மநு தர்மசாஸ்திரமாகும்.

இந்த ஏழாவது மநு தர்மசாஸ்திரம் கூறும் சட்டங்கள் யாவும் முக்கியமான தர்மம் அல்ல என்பதையும், அதற்குப் பதிலாக ஆபத்துக் காலத்துக்கு என ஏற்படுத்தப்பட்டவை (மாற்று தர்மம்) என்பதையும் நினைவில் கொள்ளவேண்டும்.

விஸ்வேதேவரை ஏ.கே கோபாலன் 'விஸ்வாவசு' என்றும் ஸ்ரீ இந்து 'வைவஸ்வதன்' என்றும் பியூலர் 'Visvasvat' என்றும் எழுதுகின்றன (1:62).

இவ்வாறு ஆபத்துக் காலத்துக்குரிய தர்மங்களைப் பரிசீலித்தவர்கள், தங்கள் குழுவின் ஓர் உறுப்பினரான விஸ்வாவசு என்னும் விஸ்வேதேவர் மூலமாக ஏழாவது மநு தர்மசாஸ்திரத்தை எழுதினர். ஆனால் மநு தர்மசாஸ்திரத்தை எழுதியவர் பிராமணர்கள் என்று இன்று குற்றம் சாட்டப்படுகிறது. இது உண்மையல்ல.

ஏழாவது மநு தர்மசாஸ்திரத்தில் கூறப்பட்டுள்ள விஷயங்கள் பற்றி மநு தர்மசாஸ்திரத்தில் ஒரு பட்டியல் தயாரிக்கப்பட்டுள்ளது.

மநு தர்மசாஸ்திரத்தில் கூறப்பட்டுள்ள விஷயங்களும் பல்வேறு வழக்குகளும்:

1. உலகப் படைப்பு (the creation of the universe)
2. குருகுலக் கல்வியமைப்பு (the rule of sacraments)
3. பிரம்மச்சாரிகளின் குருகுல வாசம் (the ordinances of studentship)
4. அது முடிந்தபின் ஒருவர் கடைப்பிடிக்க வேண்டியவை (the respectful behavior towards Gurus)
5. விவாக முறைகள் (the law of marriage)
6. விவாகத்துக்கான லட்சணங்கள் (the description of the various marriage rites)
7. யக்ஞங்களின் லட்சணங்கள் (the regulations for the great sacrifices)
8. சிரார்த்த விஷயங்கள் (the eternal rules of the funeral sacrifices)
9. ஜீவனம் நடத்துவதற்கான தொழில்களின் லட்சணங்கள் (the description of the modes of gaining subsistence)

10. இல்லறத்தானின் ஒழுக்கங்களும் கடமைகளும் (the duties of a snataka)
11. சாப்பிடத்தக்கவை மற்றும் தகாதவை (the rules regarding lawful and forbidden food)
12. தீட்டுக்கள் (the purification of men and of things)
13. பெண்களுக்குரிய தர்மங்கள் (the laws concerning women)
14. வானப்பிரஸ்தருடைய தர்மங்கள் (the laws of hermits)
15. பிறவியின் மோட்சத்துக்குத் தேவையான துறவொழுக்கம் (the manner of gaining final emancipation and of renouncing the world)
16. அரசனின் கடமைகள் - ராஜநீதி (the whole duty of a king)
17. வாதப் பிரதிவாதங்களில் காணவேண்டிய விஷயங்கள் (the manner of deciding lawsuits)
18. வழக்குகளின் சாட்சிகளை விசாரிக்கும் முறை (the rules for the examination of witnesses)
19. தாம்பத்ய விவகாரங்களில் தீர்வு காணும் சட்டங்கள் (the laws concerning husband and wife)
20. பாகப்பிரிவினை (the laws of inheritance and division)
21. சூதாட்டம் (the law concerning gambling)
22. குற்றவாளிகளைத் தண்டித்தல் (the law for punishing offenders)
23. வைசியர், சூத்திரர் ஆகியோரின் தர்மானுஷ்டானங்கள் (the law concerning the behavior of vaisyas and sudras)
24. கலப்பின ஜாதிகளின் தோற்றங்கள் (the origin of the mixed castes)
25. ஆபத்துக் காலங்களில் கடைப்பிடிக்கவேண்டிய விதிமுறைகள் (the law for all castes in times of distress)
26. பிராயச்சித்த முறைகள் (the law of penances)
27. மூன்று வகையான கர்மவினைகள் (the threefold course of transmigrations)
28. மூன்று வகையான தீய செயல்கள் (the result of good or bad actions)
29. நற்கருமங்களால் பெறும் நல்லின்பங்கள் (the manner of attaining supreme bliss)

30. சாஸ்திரங்களில் செய்யவேண்டியவை என்றும் செய்யக் கூடாதவை என்றும் சொல்லப்பட்ட விஷயங்களின் பலாபலன் கள் (the examination of the good and bad qualities of actions)

31. தொன்றுதொட்டு நாட்டில் வழக்கமாக வந்திருக்கின்றனவும் பற்பல நாடுகள் பற்பல ஜாதிகள் பற்பல குடும்பங்களால் அனுசரிக்கப்பட்டு வரும் தர்மங்கள் (the primeval laws of countries, of castes, of families)

32. வியாபாரிகளின் நடைமுறைகள் (the companies of traders and the like)

33. வேதத்துக்கு விரோதமானவர்களின் தர்மங்கள் மற்றும் அதர்மங்கள் (the rules concerning heretics)

மேலே கூறியவை பற்றித் தம்முடைய நூலில் விவரிப்பதாக மநு கூறுகிறார் *(1:110-118)*.

மேலும் ஓர் அரசன் தன் சக மந்திரிகளுடனும் பிராமணர்களுடனும் தீர ஆலோசித்துத் தீர்வு காணவேண்டிய வழக்குகள் என 18 வகைகள் உள்ளன என்று மநு தர்மசாஸ்திரம் அடையாளப்படுத்துகிறது *(8:1-2)*. அவையாவன *(8:3-7)*:

1. கடன் கொடுக்கல் வாங்கல் (non-payment of debts)
2. அடைக்கலமாய் வைக்கக் கொடுத்த பொருள் விவகாரம் (deposit and pledge)
3. தன் உடைமை அல்லாதவற்றை விற்றல் (sale without ownership)
4. கூட்டுத் தொழிலில் வரும் விவகாரங்கள் (concerns among partners)
5. வாக்குத் தவறுதல் (non-performance of agreements)
6. கூலி கொடாமை (non-payment of wages)
7. வாங்குதல் விற்றலில் வரும் விவகாரங்கள் (rescission of sale and purchase)
8. மாடு மேய்ப்பவனுக்கும் உரிமையாளனுக்கும் இடையில் வரும் விவகாரங்கள் (disputes between the owner of cattle and his servants)
9. எல்லை சம்பந்தப்பட்ட வழக்குகள் (disputes regarding boundaries)

10. வசை மொழிதல் (defamation)

11. அடிதடி (assault)

12. களவு (theft)

13. வன்செயல் (violence)

14. வழிப்பறி (robbery)

15. கற்பழிப்பு (adultery)

16. கணவன் - மனைவி விவகாரங்கள் (duties of man and wife)

17. பாகப்பிரிவினை (partition of inheritance)

18. சூதாட்டமும் பந்தயமும் (gambling and betting)

இவ்வாறு அந்தக் காலத்தின் தேவைக்கான சட்டங்களும் அந்தக் காலத்தில் ஒழுக்கம் என அறியப்படுகிற விஷயங்களுமே மநு தர்மசாஸ்திரத்தில் விவரிக்கப்பட்டுள்ளன.

இந்நிலையில் பல்வேறு விஷயங்களைக் கோடிட்டுக் காட்டி, அவற்றைப் பற்றி மநு ஏன் கருத்து கூறவில்லை என்று சிலர் கேள்வி கேட்கின்றனர். அம்பேத்கர்கூட (பார்ப்பனியத்தின் வெற்றி- பக்:59) சதி விஷயத்தில் மநு மௌனம் காப்பதாகவே கருதுகிறார். 'சதி' பற்றி மநுவில் குறிப்புகள் இல்லை. ஏனெனில் அக்காலத்தில் 'சதி' (கணவன் இறந்து எரிக்கப்படும் சிதையில் மனைவியும் விழுந்து உயிர் துறத்தல்) என்கிற பழக்கம் இல்லாமல் இருந்திருக்கவேண்டும் அல்லது அது சார்ந்த வழக்குகள் எவையும் பதிவு செய்யப்படாமல் இருந்திருக்கலாம். அல்லது தீர்வு காணப்படவேண்டிய ஒரு விவகாரமாக அக்காலத்தில் அது இல்லாமல் இருந்திருக்கலாம்.

ஒவ்வொரு காலகட்டத்துக்கும் தேவையான சட்டங்களை மட்டுமே சட்ட நூல்களில் எழுதியிருப்பார்கள். நடைமுறையில் இருந்து, ஒழிந்துபோன வழக்கங்களுக்காகவோ அல்லது எதிர்காலத்தில் நடக்கப்போவதாகக் கற்பனை செய்து வைத்துக்கொண்டோ எவரும் சட்டம் இயற்ற இயலாது.

3

மநு தர்மசாஸ்திரத்தில் பிராமணர்கள்

~~~~~~

மநுவின்மீது இன்று சுமத்தப்படும் குற்றச்சாட்டுகளைக் காண்போம்.

1. பிராமணர்களைப் பாதுகாப்பது மட்டுமே மநுவின் நோக்கம். சூத்திரர்களை அவர் இழிவானவர்களாகவே சித்திரிக்கிறார்.

2. கலப்புத் திருமணத்தை மநு தடை செய்கிறார்.

3. பல்வேறு கலப்பு ஜாதிகளையும் சண்டாளர் மற்றும் தீண்டத்தகாதவர்களைப் பற்றியும் எழுதி இந்தியாவின் ஜாதிச் சண்டைகளுக்குக் காரணமாக இருக்கிறார்.

4. வர்ணாசிரம தர்மம் என்பது பிராமணர்களுடைய நலன் சார்ந்த ஒரு சொல். அதனை நிலைநிறுத்த மநு முயல்கிறார்.

இது போன்ற குற்றச்சாட்டுகள் பல்வேறு வடிவங்களில் முன்வைக்கப்படுகின்றன. இவற்றுள் மிக முக்கியமான ஒன்று தீண்டாமையைப் பற்றியதாகும்.

தீண்டாமை பற்றி பைபிள் கூறும் சில தகவல்களையும் மற்றும் சில மரபுகளையும் முதலில் பார்ப்போம். அப்போதுதான் மநு தர்மசாஸ்திரம் கடுமையான கருத்துகளைக் கொண்டிருக்கவில்லை என்பது நமக்குப் புரியும்.

பைபிளும் தீண்டாமையும்

தீண்டாமை என்பது எல்லாச் சமூகங்களிலும் புரையோடிக் கிடக்கிறது. பைபிளில்கூட தீண்டாமை நிர்பந்தம் செய்யப்படுகிறது. ஆனால் அதனை எவரும் அடையாளம் கண்டுகொள்வதில்லை என்பதால் அது விமர்சனத்துக்கு உள்ளாவதில்லை. தீண்டாமை பற்றி பைபிள் கூறும் சில தகவல்களை இப்போது காண்போம்:

1. எருசலேம் ஆலயத்தின் பூஜாரிகளாக இஸ்ரேலியர்களின் பன்னிரண்டு ஜாதிகளுள் ஒன்றாகிய லேவி ஜாதியினர் (the tribe of Levi) மட்டுமே பணியாற்ற முடியும் வேறு எவரும் அப்பணிக்கு வந்தால் அவர்கள் கொலை செய்யப்படவேண்டும் *(யோசுவா 18:7 மற்றும் எண்ணிக்கை 3:5-10).*

2. வழிபாட்டுக்காகக்கூட புறஜாதியினர் எருசலேம் ஆலயத்துக்குள் நுழைய முடியாது. புறஜாதியினர்க்கு என ஒதுக்கப்பட்ட வெளிப்புறப் பகுதிவரைதான் அவர்கள் செல்ல முடியும்.

3. இஸ்ரேலியர்களே ஆனாலும்கூட பெண்கள் எருசலேம் ஆலயத்தின் உட்பகுதிக்குள் செல்ல முடியாது. அவர்களுக்கென ஒதுக்கப்பட்ட இடம்வரைதான் அவர்கள் செல்ல முடியும்.

4. இஸ்ரேலியர்கள் எவரும் புறஜாதியினருடன் உடன்படிக்கை எதுவும் செய்யக்கூடாது. புறஜாதியார் பெண்களை இஸ்ரேலியர் எவரும் திருமணம் செய்யக்கூடாது. இஸ்ரேலியர்கள் எவரும் புறஜாதியினரின் நலன் நாடுவதோ அல்லது நல்லுறவுடன் அவர்களோடு வாழ்வதோ கூடாது *(விடுதலைப் பயணம் - யாத்திராகமம் 34:15-16 மற்றும் இணைச்சட்டம் - உபாகமம் 7:1-5).*

5. இஸ்ரேலியர்கள் புறஜாதியார்களுடன் இணக்கமாக வாழ்ந்ததுடன் சுமார் 100 இஸ்ரேலியர்கள் புறஜாதிப் பெண்களை மணந்துகொண்டனர் என்பதால் கோபமுற்ற அவர்களுடைய கடவுள் எருசலேம் ஆலயத்தைவிட்டு வெளியேறினார். இஸ்ரேலியர்கள் புறஜாதியினருடன் கலந்து வாழ்ந்ததால் இஸ்ரேலிய சமூகமே ''தீட்டுக்கு உள்ளாகிவிட்டது'' என்று பேசி தீண்டாமையை நிலைநிறுத்தினார்கள். பழைய ஏற்பாட்டு எஸ்ராவின் காலத்தில் கொண்டாடப்பட்ட பாஸ்கா பண்டிகையில் கலந்துகொண்டவர்கள் பற்றி எழுதும்போது ''வேற்றினத்தவரோடு சேர்ந்து வாழ்ந்ததால் ஏற்படுத்திக் கொண்ட தீட்டிலிருந்து விடுபட்டவர்கள்'' அதில் கலந்து

கொண்டதாக பைபிள் அறிவிக்கிறது (எஸ்ரா 9:11-15, 10:2,3,10,11,44 மற்றும் 6:21).

6. இஸ்ரேலியர்கள் அவர்களுடைய கடவுளின் பிள்ளைகள் என்றும், எனவே சக இஸ்ரேலியனை அடிமையாக எவரும் வாங்கக்கூடாது என்றும், ஏனெனில் அவர்கள் அனைவரும் தங்களுடைய கடவுளுக்கு மட்டுமே அடிமைகளாக இருப்பர் என்றும் பைபிள் பேசுகிறது. ஏதேனும் ஓர் இஸ்ரேலியனுக்கு ஆண் அல்லது பெண் அடிமைகள் தேவைப்பட்டால் புறஜாதியாரிடமிருந்துதான் அவர்கள் அடிமைகளைப் பெற்றுக் கொள்ளவேண்டும் (லேவியர் 25:42 - 45).

இவ்வாறு, பெண்களுக்கு ஆலயப் பணிகளுக்குரிய எந்த அதிகாரமும் இல்லாமை, புறஜாதித் தீட்டு, புறஜாதியார்களை அடிமைகளாகக் கொள்ளுதல், கலப்புத் திருமணத் தடை என்று, 'தீண்டாமை'யை மிகவும் வலிமையோடு கடைப்பிடிக்கும்படி பைபிள் போதிக்கிறது. இத்தனைக்கும் அது ஒரு மதம் சார்ந்த நூல். அம்மதத்தின் கடவுள்தான் புறஜாதியாரிடம் தீண்டாமையைக் கடைப்பிடிக்குமாறு மேற்கண்ட சட்டங்களை வழங்கியுள்ளார்.

ஆனால் மதம் சார்ந்ததாகத் தன்னைப்பற்றி மநு தர்மசாஸ்திரம் பேசிக்கொள்ளவில்லை. சமூகம் சார்ந்த விஷயங்களுக்காகவே எழுதப்பட்டுள்ளதாக அறிவித்துக்கொள்கிற மநு தர்மசாஸ்திரத்தில், தீண்டாமை மற்றும் சூத்திரர்கள் பிராமணர்களுக்குச் சேவை செய்யவேண்டும் என்பன போன்றவை மட்டுமே ஆட்சேபத்துக்கு உரிய பகுதிகளாகக் குறிப்பிடப்பட்டுள்ளன. அவற்றைப் பின்னர் காணலாம்.

கோயில்களில் பிராமணர்கள்தான் பூஜை செய்யவேண்டும் என்பது பற்றியோ பெண்கள் கோயிலுக்குள் போகலாமா கூடாதா என்பது பற்றியோ மநு தர்மசாஸ்திரத்தில் உத்தரவுகள் எவையுமே இல்லை. பலருக்கும் வியப்பான ஒரு செய்தி யாதெனில், பிராமணர்கள் கோயில்களில் பணியாற்றிட மநு அனுமதிக்கவில்லை. அது பற்றியும் பின்னர் காணலாம்.

பெண்களை ஆண்களுக்குச் சமமாக வைத்து மதிக்கவேண்டும் என்று பைபிள் போதிக்கவில்லை. அவர்கள் ஆண்களுக்கு அடிமையாகத் தான் இருக்கவேண்டும் என்பதுவே பைபிளின் போதனையாகும்.

ஆயினும் இவை குறித்து இன்று யாருமே விவாதம் செய்யாதது வியப்பானதாக இருக்கிறது.

வர்ணாசிரம தர்மம்

'வர்ணாசிரம தர்மம்' என்பது ஒரே சொல் என்பதுபோலவும், பிராமணர்களுக்கு ஆதரவான அக்கொள்கையைச் சமுதாயத்தில் நிலைநிறுத்தும் நோக்கில் மநு செயல்பட்டுள்ளார் என்பதும், அவர்மீதுள்ள குற்றச்சாட்டுகளுள் ஒன்றாகும்.

'வர்ணாசிரமம்' என்பது ஒற்றைச் சொல் அல்ல. அது, 'வர்ணம்', 'ஆசிரமம்' என்ற இரண்டு வெவ்வேறு சொற்களின் கூட்டு. வர்ணாசிரம தர்மம் என்பதை 'வர்ண தர்மம்' என்றும் 'ஆசிரம தர்மம்' என்றும் தனித்தனியே பொருள் கொள்ளவேண்டும்.

ஜாதி, குலம், கோத்திரம், குடும்பம் முதலான சொற்கள் அனைத்தும் சமூகக் குழுக்களைக் குறிக்கும் சொற்களாகும். இவற்றுள் 'ஜாதி' என்பது, ஒரு குறிப்பிட்ட நபரை முதல் பெற்றோராகக் கணக்கில் எடுத்து, அவருக்குப் பிறக்கும் அனைத்துச் சந்ததியினரும் ஒரே ஜாதியினர் என வகைப்படுத்தி வைக்கப்பட்ட ஒன்றாகும். திருமணத்தின்போது மணமகன், மணமகள் ஆகிய இருவீட்டாரும் ஒரே ஜாதியினராக இருக்கும்படிப் பார்த்துக்கொள்வர்.

ஆனால், வர்ணம் என்ற சொல்லின் பொருள் வேறு. 'வர்ணம்' என்றால் தேர்ந்தெடுத்தல் என்று பொருள். 'வர்ணம்', 'ஜாதி' இரண்டும் சமூகம் சார்ந்த அமைப்புகளே. முதலில் 'வர்ணம்' என்ற சமூக அமைப்பு முறை நடைமுறையில் இருந்தது. அப்போது 'ஜாதி' என்ற சமூக அமைப்பு முறை தேவையாக இல்லை. ஆயினும், நடைமுறையில் ஜாதிகள், குலம், கோத்திரம், குடும்பம் போன்ற சொற்கள் பயன்பாட்டில் இருந்திருக்கக்கூடிய வாய்ப்புகள் உண்டு. இருப்பினும், சமூக நிறுவனமாக வர்ணம் மட்டுமே இருந்தது. ஜாதிகளுக்கு அப்போது செல்வாக்கு எதுவுமில்லை.

கி.மு. *170-150* காலகட்டத்தில் தற்போதைய மநு தர்மசாஸ்திரம் எழுதப்பட்டிருக்கலாம் என்று அம்பேத்கர் கருதுகிறார். புதிய மநு தர்மசாஸ்திரம் எழுதப்பட்ட சமூகச் சூழலில் வர்ணம் மெல்லத் தேய ஆரம்பித்தது. அக்காலகட்டத்தில் 'ஜாதி' என்ற சமூக அமைப்பு தன்னை முன்னிலைப்படுத்தி 'புதியதொரு' சமூக நிறுவனமாகத் தன்னை நிலைப்படுத்திக்கொண்டது. வர்ணம் அழிந்தபோது அதனுடைய சமூக அந்தஸ்தை ஜாதிகள் எடுத்துக்கொள்ள முனைந்தன. அப்போது தொழில் செய்வதில் குழப்பம் ஏற்பட்டது. எனவே 'ஸ்வதர்மம்' என்னும் 'குலத்தொழில் முறை' நிர்பந்தம் செய்யப்பட்டது. குறிப்பாக வைசியர் மற்றும் சூத்திரர்களுடைய

தொழில்கள் குறித்துக் கடுமையான சட்டங்கள் உருவாயின (8:409-417, ஸ்ரீ இந்து 8:410-418 மற்றும் 10:96-97, ஸ்ரீ இந்து 10:85-86).

எனவே கி.மு. 170-க்கு முன்னர், ஜாதிகள் சமூக நிறுவனமாக மாறுவதற்குமுன் ஏற்பட்ட ஒரு சொல்தான் 'வர்ணாசிரம தர்மம்'. ஜாதிகள் நிறுவன அந்தஸ்து பெற்றபின் ஏற்பட்டிருந்தால், வர்ணாசிரம தர்மம் என்பதற்குப்பதிலாக, 'ஜாதி ஆசிரம தர்மம்' என்ற புதிய சொல் தோன்றியிருந்திருக்கும்.

வர்ணம் என்பது ஒரு மனிதனின் குணம் மற்றும் அவன் விரும்பிச் செய்யும் செயல்களின்படி அமைவது. பகவத் கீதைகூட, 'சாதுர் வர்ண்யம் மயா ஸ்ருஷ்டம் குண கர்ம விபாகச:' என்றுதான் பேசுகிறது. அம்பேத்கர், வர்ணம் என்பதற்கு இரண்டு பொருள் உண்டு என எழுதுகிறார். ஒன்று, அந்தஸ்து; இரண்டு, தொழில் (பார்ப்பனியத்தின் வெற்றி- பக்:43). எனவே ஒரு சமூகத்தில் வாழும் மனிதன் தன்னுடைய வர்ணம் எது என்பதைப் புரிந்துகொள்வதன் மூலம் தன்னுடைய அந்தஸ்தைத் தெரிந்துகொள்ளவும், எனவே தன்னுடைய தொழில் யாது என்பதைப் புரிந்து செயல்படவும் முடியும். ஒவ்வொரு வர்ணத்தாருக்கும் உரிய நடைமுறைகளை விளக்கும் சட்டங்களே 'வர்ண தர்மம்'. இது பிறப்பால் அமைவதல்ல. அவரவர் விரும்பினால் தன்னுடைய வர்ணத்தை மாற்றிக்கொள்ளும் முயற்சியை மேற்கொள்ள முடியும். வர்ணம் என்கிற சமூக நிறுவனத்தில் சூத்திரர், வைசியர், சத்திரியர், பிராமணர் என நான்கு நிலையினர் இருந்தார்கள்.

ஏழாவது மநுவின் காலத்தில் 'சூத்திரர்' என்பது ஜாதி ஆகிவிட்டதால் அவர்களை இழிவாகக் கருதவும், நடத்தவும் சூழ்நிலைகள் உருவாயின. ஆனால் அதற்கு முந்தைய மநுக்களின் காலங்களில், வர்ணமானது பிறப்பால் வந்தமைகின்ற ஜாதியால் அறியப்படாமல் 'குணத்தின் அடிப்படையிலும் விரும்பிச் செய்யும் தொழிலின் அடிப்படையிலும்' வகைப்படுத்தப்பட்டிருந்தது. மேலும், இன்றைய பிராமணர் நாளைய சூத்திரராக மாறுவதற்கும் இன்றைய சூத்திரர் நாளைய பிராமணராக மாறுவதற்கும் வாய்ப்புகள் இருந்தன. எனவே சமூக அமைப்பின் அடிப்படையில் எவரும் எவரையும் உயர்ந்தவர் எனப் புகழ்வதோ அல்லது எவரும் எவரையும் தாழ்ந்தவர் எனக் கருதி இழிவாக நடத்துவதோ இயலாததாக இருந்தது. ஆக 'வர்ண தர்மம்' என்பது, ஒரு தனி மனிதன் ஒரு சமூகத்தில் புழங்கும்போது எல்லோருக்கும் பொதுவானதாக ஏற்படுத்தப்பட்டுள்ள நியதிகளின் தொகுப்பாகும்.

ஆனால் 'ஆசிரம தர்மம்' என்பது வர்ணத்தோடு எந்தவிதத்திலும் தொடர்புபடுத்த முடியாத வேறு ஒரு துறையாகும். அதிலும் நான்கு நிலைகள் உள்ளன. பிரம்மச்சரியம், கிருஹஸ்தம், வானப்பிரஸ்தம், சந்நியாசம் என்பவையே அவை. இவற்றிலும் தாழ்ந்தது, உயர்ந்தது என்று எதுவும் இல்லை. ஆயினும் பிரம்மச்சரியம் என்பது தொடக்க நிலை. அதன்பின் நேரடியாக சந்நியாச ஆசிரமம் செல்லலாம். அல்லது, கிருஹஸ்தம் என்ற பொறுப்பை ஏற்று, அடுத்து வானப்பிரஸ்தம் என்ற தகுதி நிலையை அடைந்து, இறுதியில் சந்நியாச ஆசிரமத்தை அடையலாம்.

சந்நியாசம் என்பதுதான் ஒவ்வொரு மனிதனுடைய லட்சியமாக இருக்கவேண்டும். அதாவது 'மோட்சம்' என்னும் உயர்ந்த நிலைப் பேறு இது. எனவே இல்வாழ்க்கைக்கு உரியதாகிய வர்ண தர்மம் வேறு, அதைத் துறக்கும்படித் தூண்டுகிற சந்நியாச தர்மமாகிய ஆசிரம தர்மம் வேறு. இரண்டிலுமே நான்கு நிலைகள் இருப்பதால் இரண்டும் சமம் என்பதோ, இதைவிட அது உயர்ந்தது அல்லது தாழ்ந்தது என்பதோ இல்லை.

ஒருவர் பிராமணராக இருக்கிறபோது வர்ண அந்தஸ்தில் அவர் உயர்ந்த நிலையில் இருக்கிறார் என்றும் ஆசிரம தர்மத்தில் சந்நியாசி உயர்ந்த நிலையில் இருக்கிறார் என்றும் கருதுகிறோம். ஆனால், பிராமணரும் சந்நியாசியும் சமமமானவர்கள் அல்லர். ஆசிரமம் என்பது தனி மனித ஒழுக்கம். வர்ணம் என்பது தனிமனிதர்கள் கூடிச் சமூகமாகப் புழங்குவது மற்றும் அதற்குத் தேவையான சட்டங்கள்.

பிராமணர், சந்நியாசி – யார் பெரியவர்?

ஒரு பிராமணர் சந்நியாசி ஆகலாம். ஆனால் ஒரு சந்நியாசி பிராமணராக இருக்க முடியாது. வர்ண அந்தஸ்தையும் அவர் துறந்தே ஆகவேண்டும். இருவரிலும் யார் மேலானவர் என்பதுபற்றி மநு தர்மசாஸ்திரம் பேச முற்படும்போது,

> 'இச்சையை வென்றவனுக்கு எவ்விதமான செயல்களும் எந்த நாளிலும் விதிக்கப்பட்டிருக்கவில்லை. எனவே செய்யும் செயல்கள் யாதொன்றாயினும் ஆசையின் விளைவாக அவை தோன்றியதாகும்.'
>
> 'யாரொருவன் இச்சையின் காரணமாகவன்றி பற்றற்று கடமை புரிந்துகொண்டிருப்பானோ அந்த மேலோன் எதையும் வேண்டாதவனே ஆயினும் அவனுக்கு நிச்சயமான மோக்ஷ சாம்ராஜ்யம் உண்டு. அவன் எடுத்துள்ள பிறவியிலேயே

வேண்டிய வேண்டியாங்கு எய்தும் வல்லமையும் அவனைச் சாரும் *(2:4-5).'*

என்று கூறுகிறது. இவ்வாறு இச்சையை வென்றவனாகிய சந்நியாசிக்கு தர்மசாஸ்திரங்கள் கூறும் சட்டங்கள் எதுவுமில்லை என்று மநு அறிவிக்கிறார்.

வர்ண பிராமணர் ஜாதி பிராமணர் ஆன வரலாறு

ஏற்கெனவே நடைமுறையில் இருந்துவந்த இரண்டு சமூக அமைப்புகள் அழிந்துபோனபின் மூன்றாவது அமைப்பாக 'ஜாதிகள்' தோன்றின.

முதல் அமைப்பின்படி ஒருவருடைய வர்ணம் நான்கு ஆண்டு களுக்கு மட்டுமே உரித்தானதாக இருந்தது. குறிப்பிட்ட அந்த நான்கு ஆண்டுகள் முடிந்ததும் அவருடைய வர்ணமானது மறு ஆய்வுக்கு உட்படுத்தப்பட்டது. அந்நிலையில் அவருடைய வர்ணமானது மாற்றம் பெற்று, அதே நபர் புதியதொரு வர்ணத்தைத் தனக்குரிய தாகப் பெற்றுக்கொள்ள முடிந்தது. இவ்வாறு ஒருவர் தன் வாழ் நாளுக்குள் அனைத்து வர்ணங்களையும் பெற வாய்ப்பு இருந்தது.

இந்தச் சமூக அமைப்பில் ஒரு மாற்றம் ஏற்பட்டபின், இரண்டாவது சமூக அமைப்பு நடைமுறைக்கு வந்தது. அதன்படி மாணவர்கள் தக்க வயது அடைந்ததும் ஒரு குருவிடம் கொண்டுபோய்ச் சேர்க்கப்பட்டார்கள். பன்னிரண்டு ஆண்டுகள் அந்த மாணவர்கள் அந்தக் குருவுடன் பிரம்மச்சாரியாகத் தங்கி அவரிடமிருந்து வேதங்கள் உட்பட பல்வேறு சாஸ்திரங்களையும் கற்றுக் கொண்டார்கள். அவருடைய குணத்தையும் திறமைகளையும் குருவால் துல்லியமாகக் கண்டறிய முடிந்தது. பன்னிரண்டாவது ஆண்டு முடிவில் மாணவர்களின் தகுதிக்கு ஏற்ப ஸமாவர்த்தனம் செய்து அவர்களுக்கு உபநயனம் செய்வித்து அவர்களுக்குரிய வர்ணத்தையும் குரு அறிவித்துவந்தார். ஸமாவர்த்தனம் என்பது பட்டமளிப்பு விழாவாகும்.

இந்நிலையிலும் 'பிறப்பால் பிராமணர்' என்பது கிடையாது. அதாவது ஜாதிகள் என்பது இருக்கவில்லை. ஒரு சூத்திரருடைய மகன் பிராமணராகவும் ஒரு பிராமணருடைய மகன் சூத்திரராகவும் ஆக முடியும். அக்காலத்தில் உபநயனம் செய்துவைக்கும் உரிமை குருவுக்கு மட்டுமே இருந்தது. தந்தைக்கு அப்பொறுப்பு இல்லை. மநு தர்ம சாஸ்திரம் இதுபற்றிக் கூறும்போது,

குருவானவர் உபநயனம் செய்துவைத்து முதலில் ஆசாரம் முதலானவற்றையும் காலை மாலை செய்யும் அக்னி ஹோத்ரம் சந்த்யோபாசனம் முதலியவற்றையும் கற்றுக்கொடுக்க வேண்டும் (ஸ்ரீ இந்து 2:69).

என்கிறது. ஆனால் ஏ.கே. கோபாலன் பதிப்பில், 'குரு தனது சீடனுக்கும் தந்தை தனது தனயனுக்கும்' என்று குறிப்பிடப் பட்டுள்ளது. சமஸ்கிருதப் பாடலில் 'தந்தை' என்பது இல்லை. ஆங்கில மொழிபெயர்ப்பில், teacher என்று மட்டுமே உள்ளது.

ஆக, உபநயனம் செய்யும் உரிமை குருவுக்கு மட்டுமே இருப்பதாக அறிவிக்கப்படுகிறது. மேலும் இந்தப் பாடலில் கவனிக்கப்பட வேண்டிய இன்னொரு தகவல், உபநயனம் முடிந்தபின்னரே கற்பித்தல் தொடங்குகிறது. இந்த உபநயனம் வர்ணத்தை அறிமுகப் படுத்துவற்குரியது அல்ல. ஒவ்வொருவரும் குருவிடம் வந்து சேர்ந்ததும் அவர் ஒரு பிரம்மச்சாரி என்பதற்கு அடையாளமாகச் செய்யப்படும் உபநயனமாகும். வர்ணத்தை அறிவிக்கும் உபநயன மானது பன்னிரண்டு ஆண்டுகள் கற்பித்தல் பணி முடிந்த பின்னரே செய்யப்படுவதாகும். இதுவே ஸமாவர்த்தனம் எனப்பட்டது.

இதன் பின்னர்தான் ஏழாவது மநுவின் காலம் வருகிறது. புதிய மநு தர்மசாஸ்திரத்தில் சொல்லப்பட்டுள்ள தகவல்கள் அடிப் படையிலும் அம்பேத்கர் கொடுத்துள்ள வரலாற்றுச் செய்திகள் அடிப்படையிலும், ஏற்கெனவே இருந்த சமூக அமைப்பில் ஏற்பட்டிருக்கிற மாற்றங்கள் பற்றியும் அதற்குரிய காரணங்கள் பற்றியும் அறிந்துகொள்ள முடிகிறது. அவையாவன:

1. தற்போதைய ஏழாவது மநு தர்மசாஸ்திரம் எழுதப்பட்ட காலம் கி.மு. 170-150-க்கு உட்பட்டது என்கிறார் அம்பேத்கர்.
2. இக்காலகட்டத்தில் புதிதாகத் தோன்றிய ஒரு மதம், அப்போதைய சமூகத்தை அச்சுறுத்தியிருக்கிறது. அது விரைவில் அழிந்துவிடவேண்டும் என்ற எதிர்பார்ப்பும் சமூகத்துக்கு இருந்திருக்கிறது (12:96. ஸ்ரீ இந்து 12:95). புதிதாகத் தோன்றிய அந்த மதம் புத்த மதமாகும்.
3. இக்காலகட்டமானது, அசோகருக்குச் சுமார் 80 ஆண்டுகளுக்குப் பிந்தைய காலம் ஆகும். அசோகரது ஆட்சி தமிழகம் நீங்கலாக இந்தியா முழுதும் பரவியிருந்தது. புத்தமதம் அரசாங்க மதம் ஆகியிருந்தது. வேதங்கள் புறக்கணிக்கப்பட்டன.

4. அரசனுடைய தவறான நடத்தையின் காரணமாகவே பிராமணர்களுக்கு வறுமை ஏற்பட்டிருந்தது. எனவே பிராமணனுடைய வாழ்க்கைக்குத் தேவையானவற்றைத் தன் அரண்மனையிலிருந்து கிடைக்குமாறு அரசன் ஏற்பாடு செய்யவேண்டும் என்ற எதிர்பார்ப்பு சமூகத்தில் எழுந்தது (11:21-22). பிராமணர்கள் பொருளாதாரத்தில் மிகப்பெரிய வீழ்ச்சியைச் சந்தித்தனர்.

5. புத்தமதம் எழுச்சி அடைந்ததால் வேதங்கள் மரியாதை இழந்தன. புத்தமதம் வேதங்களுக்கு எதிராக எழுந்த மதம் என்னும் கருத்து நிலவியதால் வேதங்களைக் கற்க விரும்புவோர் எண்ணிக்கையில் அருகிப்போயினர். அதுவரை வேதங்கள் எழுத்துவடிவில் ஆக்கப்பட்டிருக்கவில்லை. இந்நிலையில் குரு-சிஷ்ய பரம்பரை இல்லாது போனால் வேதங்கள் வழக்கொழிந்துவிடும், அழிந்துவிடும் என்னும் அச்சம் எழுந்தது. எனவே வேதங்களை எழுதிப் பாதுகாக்க வேண்டிய ஒரு தேவை எழுந்தது. வேதங்களை எழுத்து வடிவில் உருவாக்கிட தேவநாகரி எழுத்துக்களைப் பயன்படுத்தினர். வேதங்களின் உச்சரிப்புகளுக்கு ஏற்ற சில எழுத்துக்கள் தேவநாகரியில் இல்லாமல் இருந்தது. எனவே அவற்றிற்கு என சில புதிய எழுத்துக்களை உருவாக்கி, தேவநாகரியுடன் அவைகளையும் சேர்த்து 'ஸமஸ்கிருதம்' என்னும் ஒரு புதிய மொழி உருவாக்கப்பட்டது. எழுத்துக்கள் தோன்றிய பின்னரே இலக்கியம் உருவாக முடியும் எனவும்; எனவே ஸமஸ்கிருத மொழி தோன்றிய பின்னரே வேதங்கள் தோன்றிருக்க முடியும் என்றும்; எனவே வேதங்களின் காலம் கிறிஸ்துவுக்கும் பிந்தையது என்றும் பேசப்படும் தற்கால நியாயம் எதுவும் வேதங்களுக்கு பொருந்துவதாக இல்லை.

6. எனவே வேதங்களுக்கு இது ஓர் 'ஆபத்துக் காலம்' என்று உணரப்பட்டது.

7. கி.மு. 170-க்கு முன்னர்வரை ஆறாவது மநு தர்மசாஸ்திரம் நடைமுறையில் இருந்துவந்தது. அதாவது, குருவின் மூலம் உபநயனம் செய்துகொள்வதும், அவர் மூலமே ஒவ்வொருவரும் தத்தமது வர்ணத்தைப் பெற்றுக்கொள்ளுவதும், பெற்றோர்களுக்கு இவ்விஷயத்தில் பொறுப்பு எதுவும் இல்லை என்பதும் நடைமுறையில் இருந்துவந்தது. அக்காலத்தில் ஜாதி ஒரு சமூக அமைப்பாக அந்தஸ்து பெற்றிருக்கவில்லை. ஆறாவது மநு தர்மசாஸ்திரம் எக்காலத்துக்கும் உகந்தது என்பதும், அதனையே

எக்காலத்துக்கும் உரிய முக்கிய தர்மம் எனக் கொள்ளவேண்டும் என்பதும் முடிவு செய்யப்பட்டிருந்தன.

8. ஆனால் புத்த மதத்தின் எழுச்சிக்குப் பின்னர் வேதங்களுக்கு ஆபத்து ஏற்பட்டிருந்தது. வேதங்களையும் பிராமணர்களையும் பாதுகாக்கவேண்டிய பொறுப்பில் இருந்த அரசர்கள், வேதங்களுக்கு எதிரிகள் ஆகிப்போயினர். பாதுகாப்பற்ற அந்தச் சூழலில் வழக்கமான தங்கள் வாழ்க்கை நடைமுறைகளைக் கையாளுவது பிராமணர்களுக்கு இயலாது போயிற்று. எனவே அவர்களுடைய நடைமுறைகளில் ஒரு தளர்வினை ஏற்படுத்துவது அவசியமாயிற்று.

9. சமூக அமைப்புகள் தள்ளாட்டம் கண்டுவிடக்கூடாது. எனவே கி.மு. 170-க்கு முந்தைய சமூக நிலையை, ஆபத்துக்கள் நீங்கியபின் அமையப்போகிற புதிய சமூகத்திடம் அப்படியே ஒப்படைக்கவேண்டியது அவசியம் என்று உணரப்பட்டது. ஆபத்துக் காலம் எனப்படும் இடைக்காலத்தில் ஜாதிகள் தோன்றி விட்டதால் அவற்றுக்குள் கலப்பு ஏற்படாமல் பார்த்துக்கொள்ள வேண்டிய தேவையும் ஏற்பட்டது. அதாவது ஜாதி அமைப்புகள் தோன்றிவிட்ட நிலையில் அவற்றுக்குள் கலப்பு ஏற்படாமல் பாதுகாத்துவிட்டால் ஆபத்து நீங்கியபின் அந்தந்தச் சமூகத்தை அந்தந்த வர்ணமாக மீண்டும் அடையாளம் காணவும், அதன்பின் ஏற்கெனவே வழக்கில் இருந்து வர்ண அமைப்பு முறையை குருவின்மூலம் ஏற்படுத்திக்கொள்ளவும் முடியும் என்றும், அந்நிலையில் ஜாதி அமைப்புகளை எளிதில் நீக்கிவிடலாம் என்றும் கருதப்பட்டது.

10. எனவே மேற்கண்ட கொள்கைகளை வலியுறுத்தும் வகையில் புதிதாக ஒரு சட்டம் (மநு தர்மசாஸ்திரம்) எழுதுவது என்றும், அது ‘முக்கிய தர்மம்’ எனப்பட்ட ஆறாவது மநுவாகிய சக்ஷீஸ் என்பவருடைய நூலுக்குப் பதிலாக ஆபத்துக் காலத்துக்கு மட்டுமே செயலில் இருக்கும் என்றும் முடிவு செய்யப்பட்டது.

11. பரிஷத் என்றால் என்ன என்பதுவும்; அதன் உறுப்பினர்களின் எண்ணிக்கை, தகுதி மற்றும் பணிகள் பற்றியும் வரையறை செய்யப்பட்டது. மநு தர்ம சாஸ்திரத்தில் எல்லா தர்மங்களும் கூறப்பட்டுவிடவில்லை என்றும்; அதில் கூறப்படாத விஷயங்கள் மற்றும் புதிய விஷயங்கள் பற்றி தெரிந்துகொள்ள நாடவேண்டிய ஒரு சபைபே பரிஷத் எனப்பட்டது. பத்துபேர் உறுப்பினர்களாக இருப்பர். அவர்கள் அனைவரும் மூன்று வேதங்களின் சாகைகளை ஓதியவர்களாகவும் தர்க்க சாஸ்திரம்

பயின்றவர்களாகவும் தர்ம சாஸ்திரங்களை அறிந்தவர்களாகவும் பிரம்மச்சாரி, கிரஹஸ்தன், சந்நியாசி என்னும் மூன்று ஆசிரமவாசிகளாக இருப்பவர்களும் அடங்கிய சபையே பரிஷத் எனப்படும். பத்துபேர் இல்லாமல் போனால் மூன்று பேர்கள்கூட இருக்கலாம். ஆனால் அவர்கள் ரிக், யஜீர் மற்றும் சாம வேதங்களை நன்கு கற்றவர்களாக இருக்கவேண்டும். வேதம் கற்ற ஒரே ஒரு நபர்கூட அதில் பணியாற்றலாம். ஆனால் தன் ஜாதியைப் பற்றிய பெருமையை மட்டும் பேசிக்கொண்டு திரிபவர்களும்; வேதங்கள் மற்றும் தர்சாஸ்திரங்களை கற்காமல் பல்லாயிரம் பேர் கூடியிருந்தாலும் அது பரிஷத் ஆகாது. *(12:108-114)*

12. எனவே விஸ்வேதேவர் என்பவர் மூலமாக ஆபத்துக் காலத் தேவைக்கு ஏற்றாற்போல ஒரு 'மநு தர்மசாஸ்திரம்' எழுதப் பட்டது. இது ஏழாவது மநு எனப்படுகிறது. தற்போது நம்மிடம் இருப்பது இதுவே.

13. ஆபத்துக் காலம் என அறியப்படுகிற காலகட்டத்தில், பிராமணர்களாக விளங்கிய குருவிடம் மாணவர்கள் வந்து பிரம்மச்சாரியாகத் தங்கியிருந்து, வேதங்களைக் கற்று, பின்னர் தங்கள் வர்ணங்களை அவர் மூலம் பெற்று உபநயனமும் செய்துகொள்கிற நடைமுறை இல்லாது போனது. எனவே ஒவ்வொரு பிராமண குருவுக்கும் தம் சொந்தப் பிள்ளைக்கு உயநயனம் செய்துவைக்கும் அதிகாரம் வழங்கப்பட்டது. ஒரு பிராமணர் அவரே குருவாக இருந்தாலும்கூடத் தம் பிள்ளைக்குத் தாமே உபநயனம் செய்துவைக்கும் உரிமை அதுவரை இல்லாமல் இருந்தது. ஆனால் இப்போதுமுதல் தம் சொந்தப் பிள்ளைக்கு குருகுலம் மூலம் வேதங்களைக் கற்பிக்கவும், அவர்களைப் பிராமணர்கள் என அறிவிக்கவும், அவர்கள் மூலமாக வேதங் களைத் தொடர்ந்து பாதுகாத்துப் பராமரிக்கவும் மிகச் சிறந்த வழிமுறையாக அது அமைந்தது.

எனவே, தொடக்கக்காலத்தில், ஒரு பிராமண குரு தன் சீடனாகிய 'மகனுக்கு' உபநயனம் செய்துவைத்தார். அவசரத் தேவைக்காக இம்முறை கையாளப்பட்டது. ஆனால் விரைவில் நீங்கிவிடும் என எதிர்பார்க்கப்பட்ட ஆபத்துக் காலம் பல நூற்றாண்டுகள் தொடர்ந்தது. புத்த மதக் காலத்துக்குப்பின், இஸ்லாமியர்கள் ஆட்சி, பின்னர் ஆங்கிலேயர்களின் ஆட்சி என அது நீண்டுவிட்டதால் ஆபத்துக் காலத்தின் எல்லை விரிவடைந்தது.

எனவே, ஆபத்துக்காலம் பற்றிய மநுவின் அறிவிப்பு சமூகத்திற்கு மறந்தே போய்விட்டது. தற்காலத்தில் சமூகத்தில் நிலவிவரும் பழக்க வழக்கங்கள் யாவும் தொடக்க காலம் முதலே இந்திய சமூகத்திற்கு சொந்தமானவை என்னும் ஓர் எண்ணம் உருவாகிவிட்டது. இந்திய ஆன்மிகத்தை வேதங்களின் மூலம் அடையாளம் காண்பதற்கு பதிலாக, கோயில்களின் மூலம் அடையாளம் காணும் மரபு ஏற்பட்டது. பெரும்பாலான கோயில்களில் பிராமாண ஜாதியினர் பூஜாரிகளாக இருந்ததால் அவர்களும் கோயில்களுமே இந்திய சமயம் மற்றும் சமூகங்களின் அடையாளம் என தற்காலத்தில் வரையறுத்து வைக்கப்பட்டிருக்கிறது. சமூக சீர்கேடுகளுக்கு காரணமானதாக கருதப்பட்ட கோயில் மற்றும் பிராமணர்கள்மீது பகைமை உருவாக்கப்பட்டது. எனவே பிராமண எதிர்ப்புக்கொள்கையும், கடவுள் மறுப்புக்கொள்கை எனப்படும் நாத்திகவாதமும் உருவாகி வளர்ந்தன. ஆனால் பிராமணர்கள் கோயிலில் பூஜாரியாக பணியாற்ற மநு அனுமதிக்கவில்லை என்பதை எவரும் கவனிக்க வில்லை. எனவே நாத்திகர்கள் இந்திய சமயங்களுக்கு மட்டும் எதிரிகளாகவும், ஆனால் வெளியிலிருந்து வந்தவர்களுக்கு ஆதரவாளர்களாகவும் உருவாயினர். ஆனால் ஆபத்துக் காலத்திற்காகத்தான் ஒரு பிராமண தந்தை தன் மகனுக்கு உபநயனம் செய்து வைக்கும் முறை உருவாக்கப்பட்டது.

எனவே தொடக்ககாலத்தில் ஒரு பிராமணர் தன் மகனுக்கு ஒரு குருவாக இருந்து செய்துவைத்த உபநயனமானது, பின்னர் நிறம் மாறி ஒரு தந்தை தன்னுடைய மகனுக்குச் செய்துவைக்கிற உபநயனமாக ஆகிப்போயிற்று. பகவத் கீதையில் சொல்லப் பட்டுள்ள ‘சாதுர் வர்ண்யம் மயா சிருஷ்டம் குண கர்ம விபாகச:’ என்னும் பாடலின் கருத்தும் இப்போது நடைமுறையில் இல்லாது போயிற்று. அதாவது ஒரு பிராமணனின் மகன்கள் அனைவருமே பிராமணர் என்ற நிலைக்கு மாறியதுடன் ‘ஜாதியால் பிராமணர்’ என்பது அப்போதுமுதல் நடைமுறைக்கு வந்தது. அம்பேத்கர் குறிப்பிடுகின்ற ‘வர்ணம் ஜாதி ஆகிப்போன’ வரலாறு இதுதான்.

இவ்வாறு பிராமணர்கள் மட்டுமே முதன்முதலில் ஜாதியாகிப் போயினர். அத்தகைய பிராமணர்களிடமிருந்து ஏனையவர்கள் தங்களுக்குரிய வர்ணத்தைப் பெற்றுக்கொள்ள முடியாத நிலை ஏற்பட்டது. எனவே சத்திரிய, வைசிய, சூத்திர வர்ணத்தாரும் தங்களை ஜாதிகளாக அடையாளப்படுத்திக்கொள்ளவேண்டிய

நிர்பந்தத்துக்கு ஆளாயினர். ஆயினும் ஒரு விஷயத்தை நாம் மறந்துவிடக்கூடாது. இன்று சூத்திரர் என்றும் வைசியர் என்றும் சத்திரியர் என்றும் அறியப்படுகிற 'அனைத்து ஜாதியினரின்' முன்னோர்கள், அதாவது அவர்களுடைய சகோதரர்கள்தான் இன்று பிராமணர்களாக இருக்கிறார்கள். வர்ணம் ஜாதியாக மாறுவதற்கு முன்னர்வரை இருந்த பேதமற்ற சமூகங்களின் சூழ்நிலை அது.

14. ஏழாவது மநு எழுதப்பட்டபோது, அதாவது ஆபத்துக் காலத்தில், வர்ணம் ஜாதியாக மாறிற்று. எனவே மநு தர்மசாஸ்திரத்தில் பத்தாவது அத்தியாயம் ஆபத்துக் கால தர்மம் என வரையறுக்கப் பட்டது. ஆபத்து நீங்கிய பின்னர் அமையவிருந்த புதிய சமூகத்திடம் பழைய சமூக ஏற்பாடுகளை அப்படியே ஒப்படைக்க விரும்பியதாலேயே கலப்பு ஜாதிகளைத் தவிர்க்க விரும்பி பத்தாவது அத்தியாயம் எழுதப்பட்டிருக்கவேண்டும். ஆயினும் 'ஊருக்கு வெளியில் வசிக்க வேண்டியவர்கள்' *(10:36-50. ஸ்ரீ இந்துவில் 36-வது பாடல் இல்லை. ஆனால் 50-வது பாடல் 39 எனப் பதிவாகியுள்ளது)* என்பது போன்ற தகவல்களைப் பார்க்கும்போது பிற்காலத்தில் ஜாதிகள் ஆழமாக வேரூன்றிவிட்டபோது எழுதப்பட்டு இடைச்செருகல்களாகச் சேர்க்கப்பட்டிருக்க வாய்ப்பு உண்டு எனத் தோன்றுகிறது.

15. குரு - சிஷ்ய பரம்பரையினர்க்கு எளிதாக அமையும் வண்ணம் வேதங்கள் நான்கு பிரிவுகள் ஆக்கப்பட்டு, ஒவ்வொரு பிராமணக் குழுவினரும் ஒரு குறிப்பிட்ட வேதத்தைக் கட்டாயம் பாதுகாக்க வேண்டும் என்பது வரையறுக்கப்பட்டது. இவ்வாறு வேதங்கள் சாகைகளாக வகுக்கப்பட்டன. நான்கு வேதங்களையும் கற்றறிந்தவர்கள் இருந்தாலும் தனது வேதத்தையாவது அவர்கள் கட்டாயம் ஓதியிருக்கவேண்டும் என நிர்பந்தம் செய்யப்பட்டது *(3:145. ஸ்ரீ இந்துவில் 'நான்கு வேதங்களையும் ஓதியவர்' என்ற குறிப்பு இல்லை).*

16. அரசர்களின் ஆதரவு மற்றும் மானியம் போன்றவை மட்டுமின்றி மாணவர்கள் மூலமாகப் பெற்றுவரப்பட்ட 'தட்சிணை' போன்றவையும் பிராமணருக்கு வராமல் நின்றுபோய்விட்டன. எனவே பிராமணர்கள் வேறு தொழில்களும் செய்துகொள்ள அனுமதி வழங்கப்பட்டது.

17. அரசன் பிராமணர்களுக்கு எதிரி ஆகிவிட்ட நிலையில் தம் வழக்குகளை பிராமணர்கள் அரசனிடம் எடுத்துச் செல்லக்

கூடாது என்றும், தானே தன் எதிரிகளைத் தண்டித்துக் கொள்ளலாம் என்றும் அறிவுறுத்தப்பட்டனர் *(11:31)*.

18. அரசனிடமிருந்தும் சமூகத்திலிருந்தும் ஆதரவு நின்றுபோய் விட்டதால் சூத்திரர்கள் பிராமணர்களுக்குச் சேவை செய்ய வேண்டும் என்ற நிர்பந்தம் ஏற்படுத்தப்பட்டது.

ஆபத்துக் காலச் சிரமங்களை எதிர்கொள்ளும் விதமாக ஆபத்துக் காலக் குழு செய்திருந்த பரிந்துரைகள், புதிய மநு தர்மசாஸ்திரத்தில் விதிகளாக ஆகிவிட்டன.

ஆபத்துக் காலத்துக்கெனப் புதிதாக விதிகளை அறிமுகப்படுத்தும் விதமாக அதுபற்றி ஆய்வு செய்ய நியமிக்கப்பட்ட குழுவைப்பற்றி மநு கீழ்க்கண்டவாறு அறிவிக்கிறார்.

> விஸ்வேதேவர் சாத்யர் அந்தணர் மாமுனிவோர் அனைவரும் கூடி முக்கிய தர்மத்தையே ஆபத்துக் காலத்திலும் கடைப் பிடித்தால் உயிருக்கு ஊறு வராமல் இருக்கும்பொருட்டே விசேஷமாகச் சில தர்மங்களைக் கற்பித்தார்கள். ஆதலால் தீராப் பொறியாகச் செய்வனவற்றிற்குக் குற்றமில்லை. இதற்குக் கெவுண தர்மம் என்று பெயர். *(11:29)*

அந்தக் குழு செய்த பரிந்துரைகளை விதிகளாக்கி ஆபத்துக் காலத்துக்காக மட்டும் பயன்படும்விதமாக குழு உறுப்பினர்களுள் ஒருவரான விஸ்வேதேவர் மூலமாக புதிய மநு தர்மசாஸ்திரம் ஒன்று எழுதப்பட்டது. இதுவே ஏழாவது மநு தர்மசாஸ்திரமாகும். இதனைப் படிக்கும்போது, ஏற்கெனவே நடைமுறையில் இருந்த பழைய சட்டங்களும் புதிய சட்டங்களும் கலந்துகிடப்பதைக் கவனிக்கவேண்டும். இவ்விதம் ஆபத்துக் காலத்தை எதிர் கொள்ளும்விதமாகப் புதிய மநு தர்மசாஸ்திரத்தில் பல்வேறு அம்சங்கள் சட்டங்கள் ஆக்கப்பட்டன. அவற்றைக் காண்போம்.

1. புதிய சட்டங்கள் இயற்றுதல்:

அதுவரையில் நடைமுறையில் இருந்துவந்த ஆறாவது மநு தர்மசாஸ்திரத்தை ஆபத்துக் காலம் நீங்குகிறவரையிலும் செயல் படுத்தாமல் இருப்பது என்றும், அவற்றுக்குப்பதிலாக தற்காலிக மாகச் சில சட்டங்களை ஏற்படுத்திக்கொள்வது என்றும் புதிய மநுவில் சட்டத்தின் ஷரத்துக்கள் உருவாக்கப்பட்டன *(11:29)*.

2. வர்ணப் பிராமணர்கள், ஜாதி பிராமணர்கள் ஆக்கப்பட்டனர்:

உபநயனம் செய்யும் கடமை ஆசிரியராகிய குருவுக்கு மட்டுமே அதுவரை இருந்துவந்தது. குரு மட்டுமே உபநயனம் செய்து

வைக்கும் மரபில் ஒரு மாற்றம் செய்யப்பட்டு, உபநயனம் செய்துவைக்கும் அதிகாரம் குழந்தையின் தந்தையின் கைக்கு மாற்றப்பட்டு புதிதாக ஒரு சட்டம் உருவாக்கப்பட்டது. எனவே,

> தந்தையிடமோ ஆசாரியனிடமோ முறைப்படி வேதம் கற்று முடித்தவனை தந்தையோ அல்லது ஆசாரியனோ மலர்களால் அலங்கரித்து உயர்ந்த ஆசனத்தில் அமர்த்தி கோதான விரதத்தைச் செய்ய வைத்து மதுபர்க்கம் அளித்து உபசரிக்கவேண்டும். (ஸ்ரீ இந்து 3:3. ஆங்கிலத்தில் தந்தை மட்டுமே செய்வதாக உள்ளது. குரு பற்றிய குறிப்பு இல்லை.)

என்று புதிய சட்டவிதி இயற்றப்பட்டது. இங்கு கற்பிக்கும் பணியில் குருவுடன் தந்தையும் சேர்த்துக்கொள்ளப்படுகிறார்.

குரு உபநயனம் செய்துவைக்கும் முறையானது, ஏற்கெனவே நடைமுறையில் இருந்துவந்தது. அத்துடன், தந்தை உபநயனம் செய்துவைக்கும் முறை சேர்ந்துகொண்டது. இரண்டு வழக்கங்களும் சில காலம் சேர்ந்தே இருந்தன. ஆனால், நாளடைவில் பழைய முறை வழக்கொழிந்துபோனது. தந்தை மட்டுமே உபநயனம் செய்துவைக்கும் தற்கால நடைமுறையானது மட்டுமே நிலைத்தது.

அதுமுதல் பிராமணர்கள் ஜாதியாக அறியப்படலாயினர். 'வர்ணம்' சார்ந்த சமூக அமைப்பானது, வெறுமனே எழுத்தில் மட்டுமே இருப்பதாக மாறிப்போயிற்று.

3. பிராமணர்களுக்குரிய தண்டனைகளை குறைத்ததன்மூலம் எண்ணிக்கையைத் தக்கவைத்தல்:

குற்றங்களில் ஈடுபட நேரிட்டால் சூத்திரனுக்குரிய தண்டனை குறைவாகவும் வைசியனுக்கு அதைவிடக் கூடுதலாகவும் சத்திரியனுக்கு இன்னும் கூடுதலாகவும் தண்டனை விதிக்க வேண்டும். ஆனால் குற்றம் செய்தவன் பிராமணன் என்றால் மிகவும் அதிகமான தண்டனை கொடுக்கவேண்டும் என்பது முன்பு சட்டமாக இருந்துவந்தது. உதாரணம்:

> திருடனுக்கு என்று பொதுவாக விதிக்கப்பட்ட தண்டனைகளைப் பார்த்தோம். திருட்டினால் வரும் தீமைகளை அறிந்து திருடியவன் சூத்திரனாக இருப்பின் அந்தத் தண்டனை அபராதம் எட்டு மடங்காக விதிக்கப்படவேண்டும். அவ்வாறே வைசியனாக இருப்பின் பதினாறு மடங்கு அபராதம் விதிக்கப்பட வேண்டும். சத்திரியனாயின் முப்பத்திரண்டு மடங்கு விதிக்கப்பட

> வேண்டும். பிராமணனுக்கு அறுபத்து நான்கு மடங்கோ நூறு மடங்கோ விதிக்கப்படவேண்டும். அதற்குமேல் நூற்றியிருபத்தெட்டு மடங்கும்கூட தண்டனை அளிக்கலாம் *(8:336-337, ஸ்ரீ இந்து 8:337-338).*

மதுபானம் குடிக்க பிராமணனுக்குத் தடை விதிக்கப்பட்டிருந்தது.

> எப்போது போதையிலிருந்து ஒரு பிராமணன் வேத வாக்கியம் கூறுகிறானோ அப்போதே அவனுடைய பிராம்மணத் தன்மை அவனிடமிருந்து நீங்கிவிடும். உடனடியாக அவன் சூத்திரன் ஆகிவிடுகிறான் *(ஸ்ரீ இந்து 11:97).*

குடிகாரனாக இருக்கும் ஒரு பிராமணன் தன் வர்ணச் சிறப்பை இழந்துவிடுகிறான் என்பது முன்பு இருந்துவந்த சட்டமாகும். தங்கத்தை ஒரு பிராமணன் திருடினால் நீதி விசாரணைக்குப் போகும்போது ஓர் உலக்கையுடன் போய் நிற்கவேண்டும். அரசன், திருடிய பிராமணனை, அந்த உலக்கையால் அடிக்கவேண்டும். அப்போது அடிபட்டதனால் விழுந்த பிராமணன் இறந்து போனாலும் அல்லது இறந்ததற்குச் சமமாக வீழ்ந்தாலும் அந்தப் பாவத்திலிருந்து அரசன் விடுபடுவான் *(11:100).*

ஆனால் மேற்கண்ட தண்டனைகள் அனைத்தும் புதிய மநு தர்மசாஸ்திரம் எழுதப்பட்டபோது மாற்றப்பட்டுவிட்டன.

> ஒரு குற்றத்திற்குரிய தண்டனை மரண தண்டனை எனில் அந்தக் குற்றத்தை பிராமணன் செய்திருந்தால் அவனுக்கு மரண தண்டனை விதிக்கலாகாது. அவன் தலையை மொட்டை அடிக்கவேண்டும். பிராமணன் தலையை மொட்டை அடிப்பது அவன் உயிரைப் பறிப்பதற்கு சமம் *(8:379).*

> பிராமணன் எத்தகைய குற்றங்களை இழைத்தவனாயினும் அவனுக்கு மரண தண்டனை விதிக்கக்கூடாது. அவனுடைய செல்வத்தையும் பறிக்கக்கூடாது. அவன் தன் செல்வத்தை எடுத்துக்கொண்டு நாட்டைவிட்டு வெளியேறச் செய்ய வேண்டும். *(8:380)*

என்று புதிய சட்டங்கள் இயற்றப்பட்டன. இந்தவிதமான சலுகைகளின்மூலம் பிராமணர்களின் எண்ணிக்கை குறைந்து விடாமல் இருக்கும்படிப் பார்த்துக்கொள்ளப்பட்டது. இத்தகைய சட்டங்களின்மூலம், பிராமணராக ஒருவர் பணியாற்றிடவேண்டும் என்று அவருக்கு ஆசை ஊட்டப்பட்டது.

4. பிராமணர்களின் பொருளாதாரத்தை மேம்படுத்துதல்:

பிராமணர்களுக்குரிய பணிகள் என ஆறு தொழில்கள் மட்டுமே தொடக்க காலத்தில் வரையறுக்கப்பட்டிருந்தன. இப்பணிகள் யாவும் ஆறாவது மநு தர்மசாஸ்திரம் வகுத்திருந்த சட்டத்தின் அடிப்டையிலானதாகும். மநு இவ்வாறு கூறுகிறது:

> வேதங்களை ஓதுவதும் கற்பித்தலும் யக்ஞங்கள் செய்தலும் செய்வித்தலும் தானங்கள் கொடுத்தலும் வாங்குதலும் என்னும் ஆறையும் பிராமணனுக்குரிய தர்மங்களாக ஏற்படுத்தினர் *(1:88)*.

மேற்கண்ட பணிகளைத் தவிர வேறுவிதமான பணிகள் செய்ய பிராமணர்களுக்கு அனுமதி இல்லை. அதையும்மீறி பிராமணர் ஒருவர் பணத்துக்காக வேறு ஏதேனும் தொழிலைச் செய்வாரேயாகில், அவர் தொடர்ந்து பிராமணராக இருக்க முடியாது என்பது சட்டம். அத்தகையவர்கள் தன் குலத்தினர் அனைவருடனும் சேர்ந்து தானும் நாலாம் வர்ணத்தவன் எனப்படும் சூத்திரன் ஆகிவிடுகிறார் என்று மநு தர்மசாஸ்திரம் கூறி, அவ்விதப் பணிகள் செய்யத் தடை விதிக்கிறது.

> வேதத்தைவிட்டுப் பொருளியல் போன்ற சாஸ்திரங்களில் முயல்பவன் தனது வாழ்நாளிலேயே தன் குலத்துடன் நாலாம் வர்ணத்தவனாகி விடுகிறான் *(2:168)*.

இதுவே ஸ்ரீ இந்துவில்,

> வேதம் ஓதாமல் மற்ற சாஸ்திரங்களைப் படித்துக் கொண்டிருப்பவன், தான் வாழும்போதே சூத்திரன் ஆகிவிடு கிறான். மேலும் தன் வம்சத்தாரையும் சூத்திரர்கள் ஆக்குகிறான்.

என்று தரப்பட்டுள்ளது. கால்நடைகளால் பிழைப்பு நடத்துதல், வியாபாரம் செய்தல், சமையல் செய்தல், தெருப்பாடகர்களாக இருத்தல், சிற்பிகளாகப் பணி செய்தல், வட்டித் தொழில் செய்தல், பணியாட்களாக இருத்தல் போன்ற தொழில்களை பிராமணர்கள் செய்யக்கூடாது என்பது சட்டமாக இருந்தது *(8:102)*.

மேலும், அரக்கு, மாமிசம், உப்பு, பால் போன்றவற்றை பிராமணர்கள் விற்கத் தடை இருந்தது *(10:92. ஸ்ரீ இந்து 10:81)*. இப்பணிகளை ஒரு பிராமணன் செய்தால், உடனே அவன் சூத்திரன் ஆகிவிடுவான் என்பதும் சட்டமாக இருந்துள்ளது.

ஆனால் ஏழாவது மநுவின் காலத்தில் மேற்கண்ட தடைகள் யாவும் நீக்கப்பட்டு புதிய சட்டங்கள் உருவாக்கப்பட்டன. அதன்படி,

ஆபத்துக் காலத்தில் பிராமணர்கள் எத்தொழில் செய்யவும் அனுமதி வழங்கப்பட்டது. மேலும் அறுவகைத் தொழில்களால் ஜீவிக்க முடியாமல் போனால் பிராமணர்கள் பிற வர்ணத்தவருடைய தொழிலைச் செய்யலாம் என்கிற அனுமதி சட்டபூர்வமாக்கப் பட்டது.

அந்தணன் தனக்குரிய தொழிலால் வாழ்க்கை நடத்த இயலாத போது கிராமாதிகாரம் தேசாதிகாரம் முதலிய சத்திரியன் தொழிலை மேற்கொண்டு அதனால் பிழைத்துக்கொள்ள வேண்டியது. ஏனெனில் அவனுக்கு அடுத்த குலத்தொழில் அதுதானே *(10:81, ஸ்ரீ இந்து 10:70)*.

என்றும்,

தன் குலத்தொழில், சத்திரியத் தொழில் இவற்றாலும் ஜீவிக்க முடியாத காலத்தில் வைசியனுடைய தொழிலான வாணிபத்தால் ஜீவிக்கலாம் *(10:82, ஸ்ரீ இந்து 10:71)*.

என்றும் அறிவிக்கப்படுகிறது. மேற்கண்டவாறு சத்திரிய, வைசியத் தொழில்களை பிராமணர்கள் செய்து பிழைத்துக்கொள்ளலாம் எனக் கூறியதோடு மநு நிறைவடையாமல் ஆபத்துக் காலத்துக்கு எனக் கீழ்க்கண்ட பத்து தொழில்களையும் பிராமணர்கள் செய்யலாம் என்று பட்டியல் இடுகிறார்.

மருத்துவம் வாதம் முதலிய கல்வி, சிற்பவேலை, மன்னனுடைய சேவகம் புரிதல், யாரிடத்தும் ஏவல் புரிதல் (தொண்டு), ஆநிரை காத்தல், வாணிபம், விவசாயம், துணிவு, யாரிடமும் பிக்ஷை வாங்கிக் கொள்வது, வட்டி வாங்குவது இந்தப் பத்தும் ஆபத்துக் காலத்தில் மேற்கொள்ளத் தகுந்த உபாயங்களாம் *(10:116, ஸ்ரீ இந்து 10:105)*.

'துணிவு' என்ற சொல்லை ஸ்ரீ இந்து, 'நாடகம் நடனம் கூத்து முதலான கலைகளால் சம்பாதித்தல்' என்று குறிப்பிடுகிறது. சமஸ்கிருதப் பாடலில், 'மருத்துவம் வாதம்' எனும் சொற்கள் இல்லை. 'கல்வி' என்று மட்டுமே உள்ளது. புதிதாக எழுதப்பட்ட மநு தர்மசாஸ்திரத்தில் மேற்கண்ட பத்தும் செய்யலாம் என பிராமணர்களுக்கு அனுமதி அளிக்கப்பட்டிருந்தாலும், ஏற்கெனவே நடைமுறையில் இருந்த நூலில் அவற்றுள் ஆறு வேலைகளை பிராமணர்கள் செய்யக்கூடாது எனத் தடை விதிக்கப்பட்டிருந்தது. ஒரு வழக்கு சம்பந்தமான விசாரணையின்போது கீழ்க்கண்ட தொழில்களைச் செய்யும் பிராமணர்களை சூத்திரர்களாக மதிப்பிட வேண்டும் என்று மநு கூறியிருந்தார்.

கால்நடைகளால் பிழைப்பு நடத்துவோர், வியாபாரிகள், மிட்டாய் விற்போர் (ஸ்ரீ இந்துவில் 'சமையல் செய்வோர்' என்று உள்ளது), சிற்பிகள், பாடகர் (ஸ்ரீ இந்துவில் 'தெருப்பாடகர்' என்று உள்ளது), ஏவலர், வட்டி வாங்கிப் பிழைப்போர் ஆகிய அந்தணர்களை நாலாம் வருணத்ததவராய் மதிக்கப்பட வேண்டியது. அவர்களிடம் வாங்கும் பிரமாணமும் அவ்வாறே இருக்கவேண்டியது (8:102).

அதாவது மேற்கண்ட வேலைகளைச் செய்யும் பிராமணன், உண்மையில் ஒரு சூத்திரனே என்பது சட்ட விதியாக இருந்துவந்த நிலையில், புதிய மநுவில் அந்த நிலை நீக்கப்பட்டு பிராமணர்கள் அவற்றைச் செய்யலாம் எனச் சட்டம் இயற்றப்பட்டது. அதாவது பிராமணர்களைப் பொருளாதாரத்தில் பாதுகாக்கும் முயற்சிகளை அது மேற்கொண்டது.

5. சூத்திரர் என்னும் தாழ்ந்த குலத்தவராக மாறுவதற்கு பிராமணர்களுக்குத் தடை:

பிராமணர்கள் வேதங்களை முறைப்படி ஓதியவர்களாகவும் ஒழுக்கமான வாழ்க்கையை நடத்திவருகிறவர்களாகவும் இருக்க வேண்டும்; பிராமணர்களுக்கு உரிய தொழில்கள் என வரையறுக்கப் பட்ட ஆறுவகையான தொழில்களைத் தவிர வேறு தொழில்களை செய்யக்கூடாது என்பது தொடக்க கால ஏற்பாடு.

வேதத்தைவிட்டுப் பணம் சம்பாதிக்கும் வேறு தொழில்களில் ஒரு பிராமணன் ஈடுபட்டால் தனது வாழ்நாளிலேயே தனது குலத்துடன் அவன் சூத்திரனாகி விடுகிறான் என்று மநு தர்மசாஸ்திரம் கூறுகிறது (2:168).

மேலும் நாம் ஏற்கெனவே பார்த்ததுபோல குடிகார பிராமணனைப் பற்றிக் கூறும்போது, எப்போது போதையிலிருந்து ஒரு பிராமணன் வேதவாக்கியம் கூறுகிறானோ அப்போதே அவனுடைய பிராமணத் தன்மை அவனிடமிருந்து நீங்கிவிடும்; உடனடியாக அவன் சூத்திரனாகிறான் (11:97) என்று ஒழுக்கம் சார்ந்த விஷயங்களில் பிராமணர்களுக்கு உரிய சட்டங்கள் இருந்தன. நாம் ஏற்கெனவே மேலே பார்த்ததுபோல, சில வேலைகளை பிராமணர்கள் செய்யக் கூடாது என்றும் சட்டம் இருந்தது.

முக்கியமான தர்மம் எனப்படும் ஆறாவது மநுவின் காலத்தில் இது தான் நியதி, இதுதான் சட்டம். ஆனால் ஆபத்துக் காலத்துக்கெனச் சட்டங்களில் திருத்தங்கள் செய்யப்பட்டு ஏழாவது மநு தர்மசாஸ்திரம்

எழுதப்பட்டபோது, ஒரு பிராமணன் சூத்திரனாக மாறிவிட முடியாதபடிச் சட்டத்தில் திருத்தங்கள் செய்யப்பட்டன. அதன்படி,

> அந்தணனுடைய தொழிலைச் செய்வதனால் தாழ்ந்த குலத்தோன் அந்தணன் ஆகான். ஏனெனில் அந்தணர் ஒழுகுகள் இவர்க்கில்லை. இழிதொழில் இயற்றியபோதிலும் அந்தணன் இழிகுலத்தோன் ஆகான். ஏனெனில் செயல் தாழ்வு எனினும் பிறவி மேன்மையுடையதன்றோ. இவ்விதமே பிரமன் கட்டளை யிட்டிருக்கிறார். *(10:73. ஸ்ரீ இந்து 10:62).*

எனவே பிறப்பால் பிராமணர்கள் எனப்பட்டவர்கள் எவ்விதக் குற்றம் செய்தாலும் அவர்கள் பிராமணர்களாகவே நீடிப்பர் என்ற கொள்கை புதிய மநு தர்மசாஸ்திரத்தின் மூலம் வகுக்கப்பட்டது.

6. பிராமணர்க்குச் சூத்திரர் பணி செய்தல்:

மாணவர்கள் சென்று தங்கி, குருவுக்குத் தேவையான பணிவிடைகள் செய்து, கல்வி கற்று வந்த இடங்களே 'குருகுலங்கள்' எனப்பட்டன. குருகுலத்தைச் சார்ந்த அனைத்துப் பணிகளையும் அந்த குருவின் மாணவர்கள் அனைவரும் செய்து முடிப்பர். இந்நிலையில் வெளியிலிருந்து மாணவர்கள் வந்து கல்வி கற்பது நின்றுபோய், ஒவ்வொரு தந்தையும் தன் பிள்ளைக்குக் கல்வி கற்பித்து உபநயனம் செய்துவைக்கும் ஒரு புதிய மரபு தோன்றி அதுவே பிராமண ஜாதியின் சம்ஸ்காரம் என்றாகிவிட்டது.

எனவே பிராமணர்களுக்குத் தேவையான பணிகளைச் செய்வதற்கு வெளியிலிருந்து மாணவர்கள் கிடைக்காத நிலை உருவாயிற்று. இந்த வெற்றிடத்தை நிரப்புவதற்குரிய வழிமுறைகளை ஆராய்ந்து பார்த்த ஆபத்துக் காலக் குழு, சூத்திரர்கள் மூலமாக அப்பணிகளை நிறைவேற்றும்விதமாகப் புதிதாக சட்டங்கள் இயற்றி இணைத்தது.

> வேத விற்பன்னர்களும் தங்கள் கர்மானுஷ்டானங்களை விடாது செய்பவர்கள் என்று புகழ் பெற்றவர்களும் இல்லறவாசி களுமான பிராமணர்களுக்குப் பணிவிடை புரிவதே சூத்திரனுக்கு மேலான தர்மமாகும். இந்த தர்மத்தை நல்லபடிச் செய்வதா லேயே அவன் சொர்க்கத்தை அடைந்துவிட முடியும் *(ஸ்ரீ இந்து 9:334).*

> அனைத்து நலன்களையும் நல்லுலகத்தையும் அடைய வேண்டுமானால் சூத்திரன் பிராமணனைப் பூஜித்து அவனுக்குப் பணிவிடைகள் புரியவேண்டும். இவன் பிராமண தாசன் என்று

பெயர் பெறுவதானாலேயேதான் பிறந்த பலனை எய்தியவனாகிறான்.

பிராமணனுக்குச் சேவை புரிவதே சூத்திரனுடைய சுயதர்ம மாகும். அதுவே மேலான தர்மம் என்று சொல்லப்படுகிறது. வேறு எதைச் செய்தாலும் அவனுக்குப் பலன் கிடையாது.

பிராமணன், தனக்குச் சேவை புரியும் சூத்திரனுடைய வேலைகள், சாமர்த்தியமாக அவன் செய்யும் காரியங்கள், அவன் போஷிக்கவேண்டிய குடும்பம் இவற்றையெல்லாம் யோசித்து அவனுக்குத் தேவையானதை வழங்கவேண்டும் *(10:122-124, ஸ்ரீ இந்து 10:111-113)*.

இப்பாடல்கள் மூலம் கீழ்க்கண்ட புதிய கொள்கைகள் உருவாக்கப்பட்டு அவை சட்டம் ஆக்கப்பட்டன.

i) சூத்திரர்கள் பிராமணர்களுக்குச் சேவை செய்யவேண்டும்.

ii) இந்தவிதமான சேவைகள்மூலம் சூத்திரன் சொர்க்கம் அடைய முடியும். இந்தக் கொள்கையானது சூத்திரர்களுக்கு ஆசையூட்டு வதற்காக ஏற்படுத்தப்பட்டது.

iii) இவ்வாறு சூத்திரனுடைய சேவையைப் பெற, பிராமணர்கள் தகுதி உடையவர்களாக இருக்கவேண்டும். அவர்கள், 'ஜாதியில் பிராமணர்கள்' என்பதல்ல அதற்குரிய தகுதி.

பயனற்ற பிராமணர்களுக்கு உதவி செய்யவேண்டியதில்லை என்று மநு ஏற்கெனவே கூறுகிறார் *(2:157-158)*. சேவையைப் பெறுகிற பிராமணர், வேதங்களை நன்கு கற்றவர்களாக இருக்கவேண்டும். அவ்வாறு கற்றபின் சந்நியாசம் பெற்றவராக இல்லாமல், இல்லறவாசி என்னும் கிரஹஸ்தனாக இருக்கவேண்டும். வேதங்களைக் கற்பித்தல் முதலான பிராமணர்களுடைய கர்மானுஷ்டானங்களை முறையாகச் செய்துவருபவர் என்னும் புகழ் பெற்றவராகவும் இருக்கவேண்டும்.

பொதுவாக பிராமணர்களுக்கு உதவி செய்யும் ஒரே நோக்கத்தில் தான் மநு என்பவர் மநு தர்மசாஸ்திரத்தை எழுதியுள்ளார் என்றவொரு குற்றச்சாட்டும் தற்காலத்தில் மநுவின்மீது சுமத்தப் படுகிறது. ஆனால் அது உண்மையல்ல.

சூத்திரர்களின் தொழிலுக்கு வரி எதுவும் வசூலிக்கக்கூடாது என்பதுவும் சட்டமாகும். சூத்திரர்கள் மட்டுமின்றி தச்சர் முதலான

தொழில் செய்வோரிடமிருந்தும் வரி வசூல் செய்யக்கூடாது என மநு உத்தரவிட்டுள்ளார் (10:120, ஸ்ரீ இந்து 10:109). இது ஒரு மிகப் பெரிய வரிச்சலுகையாகும்.

வேதங்களைப் பாதுகாக்கும் முயற்சியில்தான் மநு தர்மசாஸ்திரம் ஈடுபட்டுள்ளதே தவிர பிராமணர்களை அல்ல. வேதங்களைப் பாதுகாக்கும் பொறுப்புடையவர்களாக பிராமணர்கள் இருந்ததால், வேதங்களைப் பராமரித்துப் பேணுவதற்காகச் செய்யப்பட்ட சட்டங்களும் முயற்சிகளும் பிராமணர்களுக்கென வழங்கப்பட்ட சலுகைகளாக நமக்குக் காட்சி தருகின்றன.

இதுபற்றி இன்னும் விவரமாக அறிய தானம் செய்வது பற்றிய சட்டத்தையும் பயனற்ற பிராமணர்கள் பற்றிய தகவல்களையும் கூடுதலாக நாம் அறிவது அவசியமாகும்.

தானம் வழங்கத்தக்க பிராமணர்கள் யார்?

இது பற்றிய கேள்விக்கு மநு தர்மசாஸ்திரம் கீழ்க்கண்ட பாடல் மூலமாகப் பதில் தருகிறது.

> வேதங்களை நன்கு ஓதி உணர்ந்தவர்களாகவும் மனைவி மக்களோடு கிருஹஸ்தர்களாகவும் இருக்கின்ற பிராமணர் களுக்குத் தானமளிப்பவன் சொர்க்கலோகத்தை அடைவான் (11:6).

எனவே வேதங்களை ஓதியுணர்ந்த பிராமணர்களுக்கு மட்டுமே தானம் அளிக்கவேண்டும் என்றும், ஜாதியால் மட்டுமே பிராமணர்களாக இருப்போருக்குத் தானம் அளிப்பதால் பயன் எதுவும் இல்லை என்றும் மநுவின் சட்டம் கூறுகிறது.

பயனற்ற பிராமணர்கள்

வர்ண பிராமணர்கள் என்னும் நிலை மாறி ஜாதி பிராமணர்கள் என்னும் நிலை வந்துவிட்டபின், 'பயனற்ற பிராமணர்கள்' என்ற ஒரு சொல்லும் உபயோகத்துக்கு வந்தது. இவர்களைப் பற்றி மநு தர்மசாஸ்திரம் சில தகவல்களைத் தருகிறது.

> மரத்தாலான யானையும் தோலாலான மானும் அத்யயனம் செய்யாத பிராமணனும் பெயரளவுக்கு யானை, மான், பிராமணன் என்று கூறிக்கொள்ளலாமே அன்றி பெயருக்குத் தக்கபடியான காரியங்கள் செய்யப்போவதில்லை (2:157).

மேலும் இது பற்றிப் பேசும்போது,

நபும்சகன் பெண்கள் விஷயத்தில் எவ்வாறு பயனற்றவனோ, பசுவிடம் பசு எவ்வாறு பயனற்றதோ, யோக்கியனல்லாத வனுக்குக் கொடுத்த தானம் எவ்வாறு பயனற்றதோ, அவ்வாறே அத்யயனம் செய்யாத பிராமணனும் பயனற்றவனே ஆவான் *(2:158)*.

என்றும் எழுதப்பட்டுள்ளது.

எனவே வேதங்களைக் கற்று, சமுதாயத்துக்கு அதனைப் போதித்து வாழ்கின்ற பிராமணன் மட்டுமே உண்மையான பிராமணன் என்றும், மற்றவர்கள் வெறுமனே பெயரளவில்தான் பிராமணர்கள் என்றும், அத்தகைய பயனற்ற பிராமணர்களுக்குத் தானமளிக்கவோ ஆதரவளிக்கவோ கூடாது என்றும் மநு தர்மசாஸ்திரத்தில் சட்டவிதிகள் சேர்த்துக்கொள்ளப்பட்டன.

எனவே பிராமணர்களைப் பாதுகாப்பதற்காக மநு தர்மசாஸ்திரத்தின் விதிகள் மாற்றப்படவில்லை என்பதையும், வேதங்களை ஆபத்துக் காலத்தில் பாதுகாத்து, அடுத்த தலைமுறைகளுக்குக் கொண்டு சேர்க்கும் பணிக்காகவே மநுவின் விதிகள் உருவாக்கப்பட்டன என்பதையும் நாம் கவனத்தில் கொள்ளவேண்டும்.

கோயில் பூஜாரிகளாக பிராமணர்களை நியமிக்க மநு அறிவுரை வழங்குகிறதா?

வேதங்கள் இரு பாகங்களாக உள்ளன. முதலாவது, கர்ம காண்டம். இரண்டாவது, ஞான காண்டம். யாகங்கள் மூலம் அதற்குரிய கர்மங்களைச் செய்து, தான் விரும்பிய பலனை அடைய முயற்சிப்பதே முதல் பாகம் கூறும் தகவல்களாகும். இவ்வுலக வாழ்க்கைக்கு உரியவை பற்றியவை இவை. இத்தகைய யாகங்களின்மூலம் செல்வம், சந்ததி பெறுதல், பல்வேறு உலகங்களுக்குச் செல்லுதல் ஆகியவற்றை அடைய முடியும்.

இரண்டாவதான ஞான காண்டத்தில் பல்வேறு உபநிஷத்துக்கள் உள்ளன. இவை இவ்வுலக வாழ்க்கைக்கு உரியவை பற்றிப் பேசுவதில்லை. மாறாக மோட்சம் அடைதலைப் பற்றிப் பேசுகின்றன. யாகங்கள் மூலம் கிடைக்கப்பெறும் லோகங்களும் மோட்சமும் ஒன்றல்ல. வேதாந்தந்தை நாடுவோர் யாகங்களுக்கு முக்கியத்துவம் கொடுப்பதில்லை. மாறாக, 'நிறைவான, அமைதியான' வாழ்க்கையை வாழ்ந்து 'ஈசா வாஸ்யம் இதம் ஸர்வம்' என்பதை அனுபவமாக உணரும் தகுதியைப் பெற முயல்கின்றனர். 'ஏகம் ஸத் விப்ர பஹுதா வதந்தி', அதாவது,

‘உண்மையில் இருக்கும் பொருள் ஒன்றுதான்; ஆனால் ஒவ்வொரு வரும் ஒவ்வொரு விதமாக அதனைப்பற்றிப் பேசுகின்றனர்’ என்ற கொள்கை இவர்களுடையது. மனிதர்களின் பிறப்பு அடிப்படையில், ஜாதிகளின் பெயரால் பேதம் காட்டுவதோ அல்லது வழிபடும் தெய்வங்களுக்கிடையே, மதங்களின் பெயரால் பேதம் காட்டுவதோ இல்லாத ஒரு மனப்பக்குவமே வேதாந்த அறிவு எனப்படுகிறது.

புத்தர், யாகங்கள் செய்யப்படுவதை எதிர்த்தார். அவற்றுக்கு எதிராகத் தன் மதத்தை நிறுவினார். எனவே புத்தருக்குப் பிறகு யாகங்கள் குறைவுபட்டுப் போயின. இது சாதாரண மக்களுக்கு நிறைவற்ற மனநிலையை உண்டாக்கியது. எனவே யாகங்கள் செய்வதனால் வருகின்ற பலன்கள் யாவும் கிடைக்கும்விதமாகப் பல்வேறு கோயில்களை அவர்கள் நிறுவினார்கள். அக்கோயில்கள் யாவும் வேதங்களின் பலன்களைத் தரத்தக்கதாக நிறுவப்பட்டன.

வேள்வி செய்வதற்குத் தேவையான யாக சாலைகள் அமைப்பதற் கெனப் பல்வேறு நியதிகள் வேதங்களில் கூறப்பட்டுள்ளன. அவ்விதிமுறைகளை ஒட்டியே கோயில்களும் அமையும் விதமாக ஆகமங்கள் இயற்றப்பட்டன. கோயில்களில் வழிபாடு செய்வதன் மூலம், வேள்வி செய்வதனால் உண்டாகும் பலன்கள் கிடைக்கும் என்ற எதிர்பார்ப்பு உருவானது. ஆகவே பலிபீடம் எங்கு அமைய வேண்டும், கர்ப்பகிருஹம் எப்படி இருக்கவேண்டும், கொடிமரம் எங்கு இருக்கவேண்டும், அது எவ்வளவு உயரமுள்ளதாக இருக்கவேண்டும் என்பதெல்லாம் வரையறுக்கப்பட்டன.

வேதங்களின் ஒரு பிரதிவடிவமாகக் கோயில்கள் கருதப்பட்டதால் வேதங்களில் தேர்ச்சிபெற்ற பிராமணர்களைக் கோயில் பூஜாரிகளாக நியமிப்பது முறையானது எனச் சமூகம் கருதியது. ஆனால், அக்காலகட்டம் ஆபத்துக் காலம் எனக் கருதப்பட்ட காலத்தை ஒட்டியதாகும். பிராமணர்கள் தக்க வருவாய் ஏதுமில்லாமல் சிரமப்பட்டு வந்ததால், புதிது புதிதாகப் பலவகைப்பட்ட தொழில் களைச் செய்துகொள்ளும்விதமாகப் பிராமணர்களுக்காக மநு தர்மசாஸ்திரத்தின் மூலம் சட்டங்களை அறிமுகப்படுத்திய காலம் அது. எனவே கோயில்களில் பூஜாரிகளாக பிராமணர்களை நியமிக்கும் முடிவானது ஏற்புடைய ஒன்றாகக் கருதப்பட்டது.

ஆனால், மநு தர்மசாஸ்திரம் கோயில்களில் பிராமணர்கள் பூஜாரிகளாக இருப்பதை எதிர்த்தது.

கோயில்களைப் பாதுகாப்பதும் பராமரிப்பதும் சமூகத்தின் கடமையே தவிர தன்னுடைய கடமை என மநு தர்மசாஸ்திரம் நினைக்கவில்லை. வேதங்களைப் பாதுகாப்பதுதான் மநு தர்மசாஸ்திரத்தின் ஒரே நோக்கம். பிராமணர்களைப் பாதுகாப்பது அதன் நோக்கமல்ல. வேதங்களைக் கற்பிக்கத் தகுந்த ஆசிரியர் களின் தேவைக்காகத்தான் மநு போராடினார். அதற்காக எந்த எல்லைக்கும் சென்று வேதங்களைப் பாதுகாக்கும் முயற்சிகளை மேற்கொண்டார்.

வர்ணம் என்னும் சமூக அமைப்பு நசிந்துவிடுமோ என்னும் அச்சம் ஏற்பட்டபோது, ஜாதி என்னும் சமூக அமைப்பின்மூலமாகக்கூட பிராமணர்களை உருவாக்கிக்கொள்ள மநு தயங்கவில்லை. ஜாதி என்னும் முறையில் பிராமணர் உருவாகியபின், அவர்கள் வேதங்களை கற்கவும் கற்பிக்கவும் விருப்பமில்லாமல் இருந்து விடக்கூடாது என்பதற்காக, 'பயனற்ற பிராமணர்கள்' என ஒரு வகையினரையும் மநு உருவாக்கினார். அத்தகையவர்களுக்கு 'பிராமணர்' என்னும் முறையில் உதவுவதுகூடத் தவறு என்று மநு போதித்தார்.

'பிராமணர்' என்ற சொல் நம்மை மிகவும் குழப்பத்தில் ஆழ்த்துவது உண்மையே. எனவே அவ்விதமான குழப்பத்தை நீக்கிட உதவும் வகையில் ஓர் உதாரணத்தைத் தருகிறேன். 'சாதுர் வர்ண்யம் மயா சிருஷ்டம்' என்று பகவத் கீதை பேசுகிறது. அதாவது சமூகத்தில் நான்கு வர்ணங்களை மனிதனுடைய குணம் மற்றும் செயல்களின் அடிப்படையில் வகைப்படுத்தியுள்ளதாக பகவத் கீதை அறிவிக்கிறது. அதன்படி ஒருவரை பிராமணர் என்றோ சூத்திரன் என்றோ வகைப்படுத்த அவருடைய பெற்றோர் யார் என்பதை அறியவேண்டியது அவசியமில்லை. ஒவ்வொருவருடைய உழைப்பு மற்றும் முயற்சி போன்றவற்றால் அவரவருடைய வர்ணத்தை அவரே ஏற்படுத்திக்கொள்ள முடியும். ஆனால் இதனை சாஸ்திரங்களில்தான் 'படிக்க' முடிகிறதே தவிர சமூகத்தில் நம்மால் இப்போது 'பார்க்க' முடியவில்லை. இத்தகைய வர்ண பிராமணர் களில் முட்டாள்கள் என்றோ மூடன் என்றோ எவரும் இருக்க முடியாது.

ஆனால் தற்காலத்தில் இருக்கும் நடைமுறையில், ஒரு பிராமண தந்தைக்கும் பிராமணத் தாய்க்கும் ஒரு குழந்தை பிறந்துவிட்டால் அது கட்டாயம் பிராமணக் குழந்தை எனப்படுகிறது. அக்குழந்தை ஒரு முட்டாளாகவோ மூடனாகவோ இருந்தால்கூட 'பிராமணன்'

என்ற சொல்லால்தான் அது அழைக்கப்படுகிறது. இதைத்தான் நாம் கண்கூடாகக் கண்டுவருகிறோம்.

இந்நிலையில் சாஸ்திரங்களில் நாம் படிக்கின்ற 'வர்ண' பிராமணர் களைக் குறிப்பிட ஒரு சொல்லையும், தற்போது நடைமுறையில் நாம் காண்கிற 'ஜாதி' பிராமணர்களைக் குறிப்பிட வேறொரு சொல்லையும் நாம் பயன்படுத்தத் தொடங்கியிருந்தால், 'பிராமணர்' என்ற சொல்லால் ஏற்படும் குழப்பத்தை நீக்கியிருக்க முடியும்.

வர்ண பிராமணர்களைக் குறிப்பிட 'பிராமணர்' என்ற சொல்லைப் பயன்படுத்திவிட்டோம். புதிய 'ஜாதி சார்ந்த' சமூக அமைப்பின் பிராமணர்களைக் குறிப்பிட 'கிராமணர்' என்ற வேறொரு சொல்லைப் பயன்படுத்தியிருக்கலாம் எனக் கொள்வோம். அப்படியாயின் தற்கால 'கிராமணர்' ஒருவர் செய்த தவறுகள் எதுவும் வர்ணம் சார்ந்த பிராமணர் தலையில் விழ வாய்ப்பில்லாமல் போயிருக்கும்.

ஆனால் மநுவின் நோக்கமானது, பிராமணருக்கானதாகவோ அல்லது கிராமணருக்கானதாகவோ இல்லை. வேதங்களைப் பாதுகாப்பதும் எதிர்காலச் சந்ததியினருக்கு அவற்றை ஒப்படைப்பதும் மட்டுமே அவருடைய லட்சியமாக இருந்தது. எனவே பிராமணர் என்ற சொல்லை ஒரு பொறுப்புக்குரிய சொல்லாகத்தான் அவர் கையாண்டாரே தவிர, சமூகங்களைப் பிளவுபடுத்தக்கூடிய, வேறுபாடுகளைத் தூண்டக்கூடிய ஒரு ஜாதியாக அடையாளம் காண அவர் முயலவில்லை.

எனவே மநு, வேதம் ஓதியவனாகவும் வேதங்களைக் கற்பிப்பவ னாகவும் எவனொருவன் பணியாற்றினானோ அந்த மேன்மை யாளனுக்காக வாதாடினார். அந்த மகத்துவமான பணிக்காகச் சட்டமியற்றினார். கோயில்களில் பூஜாரிகளாக அமர்ந்துகொண்டு, வேதங்கள் பற்றிய பணி எதையுமே செய்யாமல் இருக்கும்படி பிராமணர்களை அவர் அனுமதிக்கவில்லை.

பிராமணர்கள் ஆறுவகையான தொழில்கள்தான் செய்யவேண்டும் என்ற நிலை ஒரு காலத்தில் இருந்துவந்தது என்று பார்த்தோம். பின்னர் 'ஆபத்துக் காலம்' எனக் கருதப்பட்ட காலத்தில் பிராமணர்களின் வருமானம் குறைந்துபோய் அவர்கள் வறுமையில் வாடினர். எனவே அவர்கள் செய்வதற்கெனப் புதிது புதிதான தொழில்களை அடையாளம் காணும் முயற்சிகளில் மநு தர்மசாஸ்திரம் இறங்கியது. பிராமணர்கள் தங்கள் தொழில்களின் மூலம் வாழ்க்கை நடத்த

முடியவில்லை என்றால் சத்திரியனுடைய தொழிலைச் செய்யலாம் என்றும், சத்திரியனுடைய தொழிலால்கூட நிறைவு ஏற்படவில்லை என்றால் வைசியனுடைய தொழிலைச் செய்யலாம் என்றும், ஒவ்வொரு நிலையிலிருந்தும் கீழிறங்கி வந்தது. கடைசியில், ''ஏதேனும் கைத்தொழில் செய்தல், அரசனிடம் படை வீரனாகப் பணியாற்றுதல், பசுவினைக் காத்தல், வியாபாரம், விவசாயம், பிறரிடம் சேவகம் செய்தல், வட்டித்தொழில் செய்தல்'' என்று பலவாறான தொழில்கள் செய்யலாம் என அனுமதித்துச் சட்டங்கள் இயற்றிய மநு, கடைசியில் 'எவரிடமும் பிக்ஷை எடுத்துக்கூடப் பிழைக்கலாம்' என்றும் அனுமதிக்கிறார் *(10:116. ஸ்ரீ இந்து 10:105)*.

எவரிடமும் பிக்ஷையெடுத்து வாழக்கூட அனுமதித்த மநு தர்மசாஸ்திரம், பிராமணர்களைக் கோயிலில் பூஜாரிகளாக அமர்ந்து பணியாற்ற அனுமதித்துச் சட்டம் எதையும் எழுதவில்லை.

பூஜாரிகளாகப் பணியாற்றும் பிராமணர்களை கீழ்க்கண்ட தாழ்ந்த பணிகளைச் செய்பவர்களுக்கு இணையாகப் பட்டியலிட்டிருக்கிறார்.

> வைத்தியன், பூஜாரி, மாமிசம் விற்பவன், வர்த்தகன் இவர்களையும் ஹவ்ய கவ்யங்கள் அளிக்கும் விஷயத்தில் சேர்த்துக் கொள்ளக்கூடாது *(3:152)*.

என்று எழுதுகிறார். அதாவது தெய்வீகக் காரியங்களில் கோயில் பூஜாரிகள் கலந்துகொள்வதற்குத் தடை விதிக்கிறார். இவ்வாறு ஒரு பிராமணனைக் கோயில் பூஜாரியாகப் பணியாற்றுவதற்கு மநு தர்மசாஸ்திரம் அனுமதிக்கவில்லை.

பிராமணர்கள் வீட்டிலிருந்து திருடலாம்.

ஒரு பிராமணர் யக்ஞங்கள் செய்ய முற்படும்போது ஏதேனும் பொருட்கள் தட்டுப்பாடு ஏற்படுமானால் இன்னொரு பிராமணருடைய வீட்டிலிருந்தும் திருடலாம் என மநு அனுமதிக்கிறார்.

இதுபற்றி,

> ஆஹிதாக்கினியாக இல்லாமல் நூறு பசுக்களுக்குச் சொந்தக்காரனாக இருப்பவன், ஆஹிதாக்கினியாக இருந்து ஆயிரம் பசுக்களுக்கு சொந்தக்காரனாக இருப்பவன், இத்தகைய பிராமண

சத்திரியனிடமிருந்தும் இரண்டு மூன்று யக்ஞ அங்கங்களை விசாரணையேயின்றிக் கொண்டுவரலாம் *(11:14)*.

என்றும்,

எப்போதும் தானம் வாங்குவதிலேயே ஆசை கொண்டவனாகவும் கொடுப்பதில் எப்போதும் ஆசையற்றவனாகவும் இருக்கின்ற பிராமணனிடம் யக்ஞத்துக்கு தேவையானதைக் கேட்டும் கொடுக்கவில்லையெனில் தானாகக் கொடாததை அபகரித்துப் பெறலாம். இதனால் அபகரித்தவனுக்கு எந்தக் குறைவும் ஏற்படாது. யக்ஞத்துக்காகச் செய்ததால் புகழே கிட்டும். இப்படிச் செய்வது தர்மமேயாகும் *(11:15)*.

என்றும் குறிப்பிடப்பட்டுள்ளது.

பிராமணர்களின் லட்சியம் வறுமையும் தொண்டுமே

மநு தர்மசாஸ்திரமானது பிராமணர்கள் வறுமையில் இருக்க வேண்டும் என்றும் கல்வியின் மூலம் சமூகத்துக்குத் தொண்டாற்ற வேண்டும் என்றும் வலியுறுத்துவதற்குத் தேவையானதாகச் சட்டங்களைக் கொண்டுள்ளது. செல்வத்தை சேர்க்கிற விஷயத்திலும் பலவிதக் கட்டுப்பாடுகளை விதித்து பிராமணர்கள் வறுமையில் இருக்கவேண்டும் என்று மநு தர்மசாஸ்திரம் கூறுகிறது. பிராமணர் தங்களுக்கென ஒதுக்கப்பட்ட ஆறுவகைத் தொழிலைத் தவிர வேறு தொழில்கள் எதையும் செய்யக்கூடாது என்று அறிவுறுத்தும் மநு, பிராமணர்களுடைய 'குலத்தொழில்' என வேதம் ஓதுதலை மட்டுமே குறிப்பிடுகிறார்.

ஒருவனுடைய ஸ்வதர்மம் என்னும் குலத்தொழில் எது என்றுப் பார்த்தால் பிராமணனுக்கு வேதம் கற்றுக் கொடுத்தல் குலத்தொழில். சத்திரியனுக்கு பிரஜைகளைக் காத்தல் குலத்தொழில். வைசியனுக்கு வர்த்தகம் செய்தல் குலத்தொழில் *(10:80. ஸ்ரீ இந்து 10:69)*.

என்று கூறுகிறார் மநு. ஒரு பிராமணர் தன்னுடைய குலத்தொழிலால் ஜீவிக்க முடியாமல் போனால் மட்டுமே சத்திரியனுடைய தொழிலைச் செய்து பிழைத்துக்கொள்ளலாம் என்றும், அதுவும் அவருக்குத் தோதாக அமையவில்லை என்றால் வைசியனுடைய தொழிலைச் செய்யலாம் என்றும் சட்டங்கள் கூறுகின்றன *(10:81-82. ஸ்ரீ இந்து 10:70-71)*. எனவே சம்பாதிப்பதற்காகத் தொழில்

செய்யாமல் தன்னுடைய ஜீவனத்துக்காக மட்டுமே தொழில் செய்யும்படி பிராமணர்களை மநு அறிவுறுத்துகிறார்.

தாம் சம்பாதித்த பொருட்களைச் சேமிப்பது பற்றியும்கூட மநு தர்மசாஸ்திரத்தில் விதிகள் உள்ளன. இதுபற்றிப் பேசும்போது,

> மூன்று ஆண்டுகளுக்குத் தேவையான தானியங்களையும் அதற்கு மேலும் களஞ்சியத்தில் சேர்த்து வைத்துக்கொள்பவன் 'குசூலதான்யகன்' எனப்படுவான். ஒரு வருடத்திற்கு தேவையான தானியங்களைச் சேமித்து வைத்துக்கொள்பவன் 'கும்பீதான்யகன்' எனப்படுவான். மூன்று நாட்களுக்குத் தேவை யானதைச் சேகரித்து வைத்துக்கொள்பவன் 'திரயஹைஹிகன்' எனப்படுவான். மறுநாளைக்கு தேவையானதை மட்டும் வைத்துக்கொள்பவன் 'அஷ்வஸ்தநிகன்' எனப்படுவான். (ஸ்ரீ இந்து 4:7. ஏ.கே. கோபாலன் பதிப்பில் மறு நாளைக்குத் தேவையானதை வைத்துக்கொள்பவனை 'தேடிக்கொள்பவன்' எனக் குறிப்பிட்டுள்ளனர்.)

என்று மநு கூறுகிறார். இவர்களுள் யார் சிறந்தவர் என்பது பற்றிய கேள்விக்கு,

> இப்போது கூறிய நான்கு வகையானவர்களில் முதலில் கூறியவரைவிட அடுத்துக் கூறியவர்கள் முறையே சிறந்தவர்கள். ஏனெனில் ஜீவனத்தை நடத்தியபடி மற்ற விஷயங்களில் மனத்தைச் செலுத்தாமல் பகவானைத் தியானித்தபடி இருப்பார்கள், இறுதியாகக் கூறியவர்கள் *(4:8).*

என்று பதில் தருகிறார். அதாவது செல்வம் சேர்ப்பது ஒரு பிராமணரின் கடமையாக இருக்கக்கூடாது என்றும், அன்றாடத் தேவைக்காக மட்டும் பணியாற்றி, தம்முடைய பணிகளைச் செய்தவாறு கடவுளை நினைத்து வறுமையில் வாழவேண்டும் என்பதுவே பிராமணர்களுக்கு கொடுக்கப்பட்டுள்ள பொறுப்பாகும்.

ஆகவே வறுமையில் இருக்கவும் அவ்விதமே இருந்து சமூகத்துக்குத் தொண்டாற்றவும் வேண்டியது பிராமணர்களின் கடமையாகும்.

4

சூத்திரர்களும் சூத்திர மதமும்

“பிராமணர்கள் வேதம் ஓதிக்கொண்டிருப்பதை ஒரு சூத்திரன் தற்செயலாகக் கேட்டுவிட்டால் அவன் நாக்கை இருமுறை வெட்டவேண்டும்; காதுகளில் காய்ச்சிய ஈயத்தை ஊற்றவேண்டும்” என்று மநு தர்மசாஸ்திரத்தில் எழுதப்பட்டுள்ளதாக ஒரு குற்றச்சாட்டு சுமத்தப்படுகிறது. ஆனால் மநு தர்மசாஸ்திரத்தில் இத்தகைய செய்திகள் எங்குமே காணப்படவில்லை. இச்செய்திகள் காத்யாயனர் எழுதிய தர்மசாஸ்திரத்தில் உள்ளதாக அம்பேத்கர் கூறுகிறார் (பார்ப்பனியத்தின் வெற்றி- பக்:99).

சூத்திரருக்கு வேதங்களை போதிக்கும் விஷயத்தில், சூத்திரருக்கு எதிராக இரண்டு பாடல்கள் மட்டுமே மநுவில் பதிவாகியுள்ளன.

i) *ஸ்வரமும் வர்ணங்களும் சரியாக அறிய முடியாதபடி வேதம் ஓதக்கூடாது. சூத்திரர்கள் அருகில் வேதம் ஓதக்கூடாது. அதிகாலையில் எழுந்து வேதாத்யயனம் செய்து, பிறகு மீண்டும் படுத்து உறங்கக்கூடாது (4:99).*

ii) *அகந்தையினால் பிராமணனிடம் வந்து, ‘இப்படிச் செய், அப்படிச் செய்’ என்று தர்மோபதேசம் செய்யும் சூத்திரனுக்கு அவன் அகந்தை அழியும் வண்ணம் அரசன் கொடுக்கவேண்டிய தண்டனை யாதெனில் எண்ணெயை நன்கு காய்ச்சி அவன் நாவிலும் காதிலும் ஊற்றவேண்டும். இதுவே தண்டனை (8:272).*

வேறு சில பாடல்களில் சூத்திரர்களுக்கு எதிரான கருத்துகள் இருந்தாலும், இந்த இரு பாடல்களும் அனைவருடைய கவனத்தையும் ஈர்த்திருப்பதுடன் விமர்சனங்களுக்கும் காரணமாகியுள்ளன.

முதல் பாடல் தரும் தகவலின்படி, ஒரு சூத்திரன் அருகில் இருக்கும்போது வேதம் ஓதுவதற்குத் தடை செய்யப்பட்டுள்ளது. இது மிகவும் வருந்துவதற்குரிய விஷயம்தான். தற்காலத்தில் வேதங்களும் உபநிஷத்துக்களும் பகவத் கீதையும் கற்றுக்கொள்ள ஜாதியின் பெயரால் எவருக்கும் தடையில்லை என்றாலும், மநுவின் காலத்தில் அதற்குத் தடை இருந்துள்ளது என்பதை ஒப்புக் கொள்ளத்தான் வேண்டும்.

ஆனால் இரண்டாவதாகக் கூறப்பட்டுள்ள பாடலில் மேற்கண்ட தகவலுக்கு முரண்பட்டதான செய்தி அடங்கியுள்ளது. அதன்படி

i) சூத்திரர்கள் பிராமணர்களிடம் சென்று 'அப்படிச் செய், இப்படிச் செய்' என்று உபதேசம் செய்திருக்கிறார்கள்.

ii) பிராமணர்களைவிட உயர்ந்த நிலையில் இருப்பதாக சூத்திரர்கள் கருதப்பட்டுவிடக்கூடாது என்பதற்காகவே அவர்களுக்குத் தண்டனை வழங்கப் பரிந்துரை செய்யப்பட்டுள்ளது.

மேற்கண்ட இரண்டாவது பாடலில் *(8:272)* சூத்திரர்கள் கல்வி கற்றிருக்கிறார்கள் என்கிற தகவல் உள்ளது. ஆனால் பிராமணர்களிடம் அகந்தையாக உபதேசிக்கக்கூடாது என்பதுதான் தேவையானதாக இருந்திருக்கிறது. மேலும், சூத்திரர்களுக்குக் கல்வி வாய்ப்பு அளிக்கக்கூடாது என்பது மநுவின் நோக்கமில்லை. கல்வி எல்லோருக்கும் போய்ச் சேரவேண்டும் என்னும் நோக்கமே அவருடைய லட்சியமாகவும் இருந்துள்ளது. மநு இக்கொள்கையை வேறொரு பாடல் மூலம் தெளிவுபடுத்துகிறார்.

> *மேலான அறிவை நாலாம் வருணத்தானிடமிருந்தும் (சூத்திரன்), மோட்ச மார்க்கத்தை சண்டாளனிடத்திலிருந்தும், நற்குணப் பெண்மணியை தாழ்ந்த குலத்திலிருந்தும்கூட ஒருவன் கொள்ளலாம் (2:238).*

ஸ்ரீ இந்து 'சூத்திரன்' என்பதற்குப் பதிலாக 'கீழானவன்' என்கிறது. பியூலர் 'lowest' என்ற சொல்லைப் பயன்படுத்துகிறார்.

சூத்திரர்களுக்கு வேதம் முதலான கல்வி வழங்கக்கூடாது என்ற பிரசாரத்துக்கு எதிராக இன்னுமொரு பாடலை மநு பதிவு

செய்கிறார். தேவ பித்ரு கிரியைகளில் சேர்க்கத் தகுதியில்லாத வர்கள் பற்றிப் பேசும்போது,

> கூலிக்கு வேதமோதுபவன், கூலி கொடுத்து வேதம் படித்தவன், சூத்திரனுடைய சிஷ்யன், சூத்திரனுடைய குரு, கடுஞ்சொல் பேசுபவன், சோரம்போன பெண் பெற்ற பிள்ளை முதலானவர்கள் சேர்க்கத் தகாதவர்கள் (3:156).

என்கிறார். மேற்கண்ட பாடல்கள் மூலம் பல்வேறு தகவல்கள் நமக்குக் கிடைக்கின்றன.

i) சமூகத் தளத்தில் சூத்திரன் என்றும் சண்டாளன் என்றும் உள்ள வேறுபாடுகள் எவையும் ஆன்மிகத் தளத்தில் எந்தப் பாதிப்பையும் ஏற்படுத்தாது.

ii) எனவே வேதம் முதலான மேலான அறிவைச் சூத்திரனிடமிருந்தும் மோட்சம் சார்ந்த விஷயங்களைப் பற்றிப் பேசும் வேதாந்தக் கல்வியை சண்டாளர்களிடமிருந்தும் ஒருவன் பெற்றுக்கொள்ளலாம். எனவே பிறப்பால் பேதம் காட்டி எவருக்கும் கல்வி மறுக்கப்படக்கூடாது.

iii) 'சூத்திரனுடைய சிஷ்யன்' பற்றியும் 'சூத்திரனுடைய குரு' பற்றியும் மநு தர்மசாஸ்திரம் அறிவிக்கிறது. எனவே சூத்திரர்கள் வேதம் முதலானவற்றைக் கற்றுமிருக்கிறார்கள்; பிராமணர் முதலான பிறர்க்குக் கற்பித்தும் இருக்கிறார்கள்.

எனவே சூத்திரர்களுக்கு வேதம் முதலான கல்வி மறுக்கப்பட்டது என்பது உண்மையல்ல.

சூத்திரர் என்பவர் யார்?

குருகுலம் சென்று வேதங்களைப் படிக்காதவர்கள் மட்டுமே 'சூத்திரர்கள்' எனப்பட்டனர். எனவே, தந்தை சூத்திரராக இருந்தாலும் மகன் பிராமணராக இருக்கவும் வாய்ப்பு இருந்தது. தற்போது நம் கையில் கிடைத்திருக்கும் மநு தர்ம சாஸ்திரமானது ஆபத்துக் காலம் என அறியப்படுகிற புத்த மதத்தின் எழுச்சியான காலகட்டத்தில் எழுதப்பட்டதாகும். இந்தக் காலத்தில் இரண்டு விதமான சூத்திரர்கள் நடைமுறை சமூகத்தில் இருந்தார்கள்.

1. நாலாம் வர்ணத்தவர் :

இவர்கள் குருகுலம் சென்று வேதங்களைப் படிக்கும் வாய்ப்பை இழந்தவர்கள். எனவே, இரு பிறப்பாளர்கள் (துவிஜர்கள்)

எனப்படுகின்ற பிராமணர், சத்ரியர் அல்லது வைசியர் என வகைப்படுத்தப்பட்ட வர்ணங்களில் ஏதேனும் ஒன்றைப் பெற்றுக்கொள்ள முடியாதவர்கள். இந்த நாலாம் வர்ணத்தினர் வேத விரோதிகள் அல்ல. சமூக நடைமுறையில் இருந்துவந்த வேதம் சார்ந்த வாழ்க்கைமுறையில் தன்னுடைய பொறுப்பு எத்தகையது என்பதைப் புரிந்துகொண்டு, ஆக்கபூர்வமான ஒத்துழைப்பை நல்கியவர்கள். ஸ்ருதி எனப்படும் வேதத்தையும் ஸ்மிருதிகளையும் ஏற்றுக்கொண்டு வாழ்ந்தவர்கள். இத்தகையவர்கள் ஸ்ருதி மற்றும் ஸ்மிருதிக்கு எதிராக வாதம் பண்ணும் நாத்திகர் அல்லர்.

2. வேத விரோதிகள்:

இவர்கள் வேதங்களைப் படிக்கவேமாட்டேன் என்று சொல்லி விலகி நின்றவர்கள். நாத்திகர்கள் யார் என்ற கேள்விக்கு மநு தர்ம சாஸ்திரம் கீழ்க்கண்ட பதிலைத் தருகிறது: வேதமே ஸ்ருதி என்பதையும் தர்மம் சார்ந்த விஷயங்களை அறிவிக்கிற நூற்களே ஸ்மிருதி என்பதையும் ஏற்காதவர்கள் நாத்திகர்கள் ஆவர். இவர்கள் ஸ்ருதி மற்றும் ஸ்மிருதிக்கு எதிராக வாதம் பண்ணுகிறவர்கள் (மநு *2:9-11*).

எனவே, புத்த மதத்தினரை நாத்திகர்களாகவும் வேத விரோதிகளாக வும் மநு அறிவிக்கிறார். மநுவால் குறை கூறப்படும் சூத்திரர்கள் இவர்களே.

சூத்திர மதம்

நால் வர்ண சமூக அமைப்புக்குட்பட்ட வாழ்க்கையைக் கொண்டுள்ளவர்கள் அனைவரும் 'புத்த மதத்தினருக்கு எதிரிகள்' என அறியப்படுகின்றனர். டாக்டர் அம்பேத்கர் 'சூத்திர மதம்' பற்றிய ஒரு தகவலையும் தம்முடைய நூலில் தருகிறார். இது பற்றி அவர், 'புத்த மதம் தன்னுடைய எதிரிகளால் சூத்திர மதம் என அழைக்கப்பட்டது; அதாவது தாழ்ந்த குலத்தினரின் மதம் எனப்பட்டது' (Budhism was called by its enemies as the shudra religion, i.e. the religion of the low classes. Page 310. *தமிழில் 96)* என்று எழுதியிருக்கிறார்.

எனவே, மநு தர்ம சாஸ்திரத்தில் சூத்திரர்களுக்கு எதிராக மநு அறிவித்திருக்கும் கொள்கைகள் அனைத்தும் வேத விரோதிகளாக வும் நாத்திகர்களாகவுமிருக்கும் பௌத்தர்களுக்கு எதிரானவையே.

மநு தர்ம சாஸ்திரம் எழுதப்பட்ட காலம் கி.மு.170-150 என டாக்டர் அம்பேத்கர் அறிவிக்கிறார். இந்தக் காலகட்டத்தில் கிறிஸ்தவம் மற்றும் இஸ்லாம் மதங்கள் தோன்றியிருக்கவில்லை. இந்திய ஆன்மிகத்துடன் இவை கொண்டுள்ள உறவுகளையும் நாம் கவனத்தில் கொள்ளவேண்டும்.

எனவே, பிறப்பால் எவரையும் 'சூத்திரர்' என்று மநு அடையாளம் காணவில்லை என்பதை இதிலிருந்து அறிந்துகொள்ளலாம். இனி நாலாம் வர்ணத்தவரான சூத்திரர் உருவான விதம் பற்றிக் காண்போம்.

ஒரு ஊரில் ஒரு பள்ளியைத் தொடங்கினார்கள். எல்லோரும் படிப்பதற்கான வாய்ப்பும் கொடுக்கப்பட்டது. பிறப்பால் எவர்க்கும் வேறுபாடு காட்டாமல் அனைவரும் படிக்கலாம் என்று அழைப்பும் விடுக்கப்பட்டது. யாரெல்லாம் அப்பள்ளியில் சேர்ந்து படித்தார்களோ, அவர்கள் எல்லோரும் பயன்பெற்றார்கள். பள்ளிப் படிப்பை முடித்து, கல்லூரிகளிலும் படித்து, பட்டதாரி ஆனார்கள். பல்வேறு உயர்ந்த உத்தியோகங்களிலும் தங்கள் தகுதிக்கேற்ப அமர்ந்துகொண்டார்கள்.

ஆயினும் ஒரு சிலர் அப்பள்ளிக்குச் செல்லவில்லை. பள்ளிக்குச் சென்றாலும், பாடங்களைச் சரியாகக் கவனிக்கவில்லை. பல்வேறு கூலித்தொழில்கள் செய்வதிலும் பிறருக்குச் சேவகம் செய்வதிலும் ஈடுபட்டார்கள். படிப்பு அவர்களுக்கு அவசியமில்லாத ஒன்றாகிப்போனது.

இந்த இரண்டு நிலையினருடைய தொழில் சார்ந்த அந்தஸ்துக்கும் அப்பள்ளியே காரணமாயிற்று. பயன்படுத்தியவர் உயர்ந்த வாழ்வு பெற்றனர். பயன்படுத்தாதவர் அத்தகு வாழ்வை இழந்தனர். இதுதான் பண்டைக்கால சமூகமும் கல்விமுறையும்.

கல்வி யாருக்கும் மறுக்கப்படவில்லை. விரும்பிச் சென்று குருவிடமிருந்து கல்வியைப் பெற்றுக்கொண்டவர்கள் 'இருபிறப்பாளர்' எனும் 'துவிஜர்கள்' எனப்பட்டு, பிராமணர், சத்திரியர் அல்லது வைசியர் என்னும் மூன்று அந்தஸ்தினுள் ஏதேனும் ஒன்றைப் பெற்றுக்கொண்டனர். குருகுலம் செல்லாதவர்கள் சூத்திரர் என்ற வர்ணம் பெற்று பல்வேறு கூலித்தொழில்களில் ஈடுபட்டனர். இத்தகைய வகைப்பாட்டுக்கு அவர்களுடைய பிறப்பு காரணமல்ல, அதாவது அவர்களது பெற்றோர் காரணமல்ல, அவர்களுடைய விருப்பமின்மை அல்லது கல்வி கற்கத் திறன் இல்லாமையே காரணம்.

பின்னாட்களில் வர்ணம் அழிந்து, ஜாதி அமைப்பு நடைமுறைக்கு வந்தது. அவ்வாறு வர்ணம் ஜாதியாக அமைந்த காலத்தில் யாரெல்லாம் 'கல்வியின் மூலம்' பிராமணர்கள் என்ற அந்தஸ்தைப் பெற்றிருந்தனரோ அவர்கள் எல்லோரும் தங்களை 'ஜாதியாலும் பிராமணர்' என வடிவமைத்துக்கொண்டனர். ஆனால் கல்வியின் மூலம் வர்ணத்தை அமைத்துக்கொள்ளும் வர்ண சமூகம் நின்று போய்விட்டதால், சூத்திரர்களாக அடையாளம் காணப்பட்டிருந்த வர்கள், விரும்பியும்கூட அதைவிட உயர்ந்த நிலைக்கு முன்னேறிச் செல்ல முடியாமல் 'ஜாதியால்' தங்களை சூத்திரராகவே நிலை நிறுத்திக்கொள்ள வேண்டியதாயிற்று. அதாவது, கல்வியை மறுத்தவர்கள்தான் சூத்திரர்கள் என்ற நிலைமாறி, கல்வியை விரும்பினாலும்கூட, ஏன் கல்வியைக் கற்றிருந்தாலும்கூட, சூத்திரர் என்ற நிலையிலிருந்து மீள முடியாமல் போயிற்று.

வர்ணம் என்ற நிலையில், 'படித்தவர்கள் மட்டுமே' பிராமணர் என்னும் உயர்ந்த அந்தஸ்தில் அமர முடிந்தது. ஓர் ஐ.ஏ.எஸ். அதிகாரி அல்லது ஒரு ஐ.பி.எஸ். அதிகாரி போல. ஆனால் படிக்காமலேயே, ஓர் அதிகாரியின் மகன் என்பதாலேயே அவருடைய மகனும் அதிகாரியாக அமர்ந்துவிட முடியாத நிலை இருந்தது. படிப்பும் தகுதியும் இருந்தால் மட்டுமே அதற்குரிய பதவியில் அமர முடியும். இந்த நிலைதான் வர்ண சமூகம் நடைமுறையில் இருந்தபோது கையாளப்பட்டு வந்தது.

இந்நிலை மாறியபோது ஜாதி அமைப்பு ஏற்பட்டது. இந்நிலையில் 'பிராமணர்' என்பவர்கள் அவர்களுடைய படிப்பு மற்றும் தகுதியின் அடிப்படையில் தேர்வு செய்யப்படவில்லை. பிராமணப் பெற்றோருக்குப் பிறந்துவிட்டதே அவர்களும் பிராமணர் எனப் படுவதற்குரிய காரணமாயிற்று. எனவே தற்கால பிராமணர்களுள் படிக்காதவர்களும் இருப்பார்கள், தகுதியற்றவர்களும் இருப்பார்கள்.

அதுபோல வர்ணம் என்ற சமூக அமைப்பு முறை இருந்தபோது சிலர் குருவின் மூலம் கல்விபெற மறுத்தனர். அக்காலத்தில் அவர்கள் 'குணத்தால்' சூத்திரர்கள் என அடையாளப்படுத்தப்பட்டனர். வர்ணம் அழிந்து ஜாதி அமைப்பு வளர்ச்சி அடைந்தபோது அவர்களும் 'சூத்திர ஜாதிகள்' ஆயினர்.

ஆனால் இன்று சூத்திரர் எனும் ஜாதிகளைச் சேர்ந்தவர்கள் பள்ளி மற்றும் கல்லூரிகளில் படித்து பல்வேறு உயர்ந்த பதவிகளில் அமர்ந்திருக்கிறார்கள். ஆயினும் 'சூத்திரர்' என்ற நிலையிலிருந்து அவர்களுக்கு மாற்றம் கிடைக்கவில்லை.

அன்று படிக்காததால் சூத்திரர் என வகைப்படுத்தப்பட்டிருந்த வர்களால், இன்று படித்தும்கூட பிராமணர் ஆக முடியவில்லை. காரணம் ஜாதி என்பது மாற்ற முடியாததாகிப் போய்விட்டது.

இம்முறை மாறவேண்டும். நான் இன்று ஒரு ஜாதியில் பிறந்திருக்கிறேன். இது நான் விரும்பிப் பெற்றுக்கொண்டதல்ல. அல்லது என்னுடைய உழைப்பினாலும் முயற்சியினாலும் வந்து அமையவும் இல்லை. என் ஜாதியை நிர்ணயித்தவர்கள் என் பெற்றோர். ஆனால் அவர்களுக்குரிய ஜாதிகளுக்கு என் பெற்றோர்களும் பொறுப்பல்ல. அதற்குப் பொறுப்பானவர் அவர்களுடைய பெற்றோர். எனில், எனக்கு எவ்விதத்திலும் சம்பந்தமில்லாத என்னுடைய ஜாதிக்கு, நான் ஏன் பொறுப்பேற்க வேண்டும்? எனக்குச் சம்பந்தமில்லாத இந்த ஜாதியின் பெயரால் என்னைக் குறிப்பிட்டு நான் உயர்ந்தவன் என்றோ தாழ்ந்தவன் என்றோ பேதம் காட்டிப் பேசுவது அறிவுடைய செயலாகாது.

ஆனால் வர்ணம் என்பது சமூக அமைப்பாக இருந்த காலத்தில் ஒரு வர்ணத்தவனை உயர்ந்தவன் என்றும் இன்னொரு வர்ணத்தவனைத் தாழ்ந்தவன் என்றும் பாகுபடுத்திப் பேசினால் அதில் தவறில்லை. ஏனெனில் வர்ணம் என்பது ஒருவனுடைய விருப்பம் மற்றும் முயற்சிகளைச் சார்ந்து அமைவது. எனவே ஒவ்வொருவரும் தம் சொந்த முயற்சியால் முன்னேறியிருக்கவேண்டும். அவ்வுணர் வினை ஏற்படுத்தத் தக்கதாக ஒருவரது தகுதியைச் சுட்டிக்காட்டிப் பேசினால் அதில் தவறில்லை.

அன்று வேதங்கள் முதலானவற்றை படிக்காத ஒரே காரணத்தால் சூத்திரர் என ஆனவர்கள் இன்று அவற்றைப் படித்தும்கூட அதே நிலையிலிருந்து மாற முடியாமல் இருக்கிறார்கள்.

எனவே ஆபத்துக் காலத்துக்காக எழுதப்பட்டிருக்கும் மநு தர்மசாஸ்திரத்தில் மாற்றம் கொண்டுவரப்படவேண்டும் பழைய முக்கிய தர்மம் மீண்டும் நடைமுறைக்கு வரவேண்டும்.

அதுவரையிலும் நமது அரசியலமைப்புச் சட்டத்தின்மூலம், தற்போது நடைமுறையில் இருக்கும் ஜாதிகளின் செல்வாக்கினைத் தடை செய்யவேண்டும்.

சூத்திரர் என்னும் நிலை ஒருவருடைய பிறப்பால் அமைவதல்ல, அவரவர் குணம் மற்றும் செயல்களால் அமைவது என்பதை மீண்டும் நிலை நாட்டுதல் அவசியமாகும்.

உபநயனம் செய்வதற்குமுன் அனைவரும் சூத்திரர்கள்தான் என்று மநு தர்மசாஸ்திரம் கூறுகிறது.

> உபநயனம் ஆவற்கு முன்பு இவனும் (பிராமணனும்) நாலாம் வருணத்தவனே. எனினும் அக்காலத்தில் தாய் தந்தையர்களுக்கு பிதுர் கர்மம் செய்ய நேரும்போது மட்டும் வேண்டிய மந்திரம் ஓதுதலாகும் *(2:172)*.

என்கிறது மநு தர்மசாஸ்திரம். எனவே ஒருவனது கல்வியும் கல்விக்குப் பிந்தைய உபநயனமுமே அவனுடைய தகுதியை உறுதி செய்கிறது. 'பிறப்பொக்கும் எல்லா உயிர்க்கும்' என்று வள்ளுவர் கூறுவதற்கேற்ப உபநயனம் செய்வதற்குமுன் அனைவரும் சமமே.

அதாவது, சமூகத்தில் ஒருவருக்கு இரண்டாவது பிறவியைத் தருவது குரு குலத்தின் மூலம் அவர் பெறும் கல்வியே ஆகும். எனவே வைசியர், சத்ரியர், பிராமணர் ஆகிய மூவரும் குருகுலக் கல்வியைப் பெற்று துவிஜர்கள் எனும் இருபிறப்பாளர் ஆகின்றனர். ஆனால் சூத்திரர் எனப்பட்ட நாலாம் வருணத்தவருக்கு இது இல்லை.

5

மநு தர்ம சாஸ்திரத்தில் பெண்களின் நிலை

பெண்கள் விஷயத்திலும் பல அம்சங்களைச் சட்டங்களாக மநு எழுதியுள்ளார். குழந்தைகளுக்குச் செய்யப்படும் சடங்குகள் பற்றிக் கூறும்போது,

> சரீர பரிசுத்தத்திற்காக பெண்களுக்கு எல்லா கிரியைகளும் குறிப்பிட்ட காலத்தில் சாஸ்திர முறைப்படி ஆனால் மந்திரங்கள் இல்லாமல் செய்யவேண்டும் *(2:66).*

என்றும்,

> பெண்களுக்கு திருமணமே உபநயன கிரியை என்று சொல்லப் படுகிறது. பதிக்கு (கணவனுக்கு) செய்யும் பணிவிடையே குருகுலவாசம், வீட்டு வேலைகளை நிர்வகிப்பதே அக்னி ஹோத்ரம் என்னும் கிரியையாகும் *(2:67).*

என்றும் சொல்லப்பட்டுள்ளது. மேலும்,

> மாதர்க்கு பிறவியைத் தூயதாக்கும் சம்ஸ்காரங்கள் மந்திரபூர்வமாக செய்வித்தல் யாதுமின்று. இவர்களுக்கு வெள்ளையுள்ளமும் இல்லை. பாவம் நீக்கும் மந்திர உபதேசமும் கிடையாது. எனவே பொய்யைப்போல் மாசு வடுவினராக மாதர் இயன்றிருக்கின்றனர் *(9:18).*

என்றும் மநு கூறுகிறார்.

இவ்வாறான சில பாடல்கள் பெண்ணுரிமைக்கு ஊறு விளைவிப்பவையாகக் காட்சி தருகின்றன. இருபத்து ஒன்றாம் நூற்றாண்டில் கூடப் பெண்களுக்கு சம உரிமை பெறவேண்டிய விஷயங்கள் பல இருக்கின்றன. அதற்கான சட்டங்களை இயற்றிட அரசாங்கம் முயற்சிகள் மேற்கொண்டுவருகிறது.

உலகமெங்கும் இதுதான் நிலைமை. ஆயினும், தற்போதைய மநுவின் காலம் கி.மு. 170 - 150-க்கு உட்பட்ட காலமாகும். பைபிளின் புதிய ஏற்பாடு எழுதத் தொடங்கப்பட்ட காலம் கி.பி. 52 என அறிஞர்கள் கருதுகின்றனர். எனில் பைபிள் மநு தர்மசாஸ்திரத்துக்கும் 200 ஆண்டுகள் பிந்தையது. பைபிளில் பெண்களுக்கு உரிமை கொடுக்கும் விஷயத்தில் எதிரான கருத்தே உள்ளது. ''பெண்கள் பிள்ளைகள் பெறுவதனால்தான் இரட்சிக்கப்படுவார்கள்'' என்று பைபிள் புதிய ஏற்பாடு (1 திமொத்தேயு 2:15) கூறுகிறது. மேலும் ''பெண்களுக்குக் கற்பிக்கும் உரிமையில்லை'' (1 திமொத்தேயு 2:11-12) என்றும் கூறி பெண்கள் அடக்கி வைக்கப்பட்டுள்ளனர். இந்நிலையில், பைபிளின் புதிய ஏற்பாட்டுக்கும் முந்தையது மநு தர்மசாஸ்திரம் என்பதை கவனத்தில் கொள்ளவேண்டும்.

சமூகத்தில் ஓர் இல்லறவாசியாக வாழும் பெண்கள் குருகுலம் சென்று படிப்பதற்குரிய வாய்ப்புகள் கிடைப்பது அரிது. திருமண வயது பற்றி மநு பேசும்போது,

ஆண்மகன் தனக்கு முப்பது வயது என்றால் பன்னிரண்டு வயது கன்னிகையை மணக்கலாம். இருபத்தி நான்கு வயது என்றால் எட்டு வயது கன்னிகையை மணக்கலாம் (9:94).

என்று எழுதியிருக்கிறார். எனவே இந்தக் கால எல்லைக்குள் ஒரு பெண் குருகுலம் சென்று தங்கிக் கல்வி பயிலுதல் என்பது இயலாததாகும்.

தற்காலக் கண்ணோட்டத்தில் பெண்களின் மேற்கண்ட திருமண வயது ஒரு குற்றம் எனக் கருதப்படும் வயதாகும். இக்காலத்தின் சட்டங்களைக் கொண்டு அக்காலத்தின் நடவடிக்கைகளை நாம் மதிப்பிடக்கூடாது. இப்போதும்கூட முன்பிருந்த சட்டங்களை மாற்றியமைத்து புதிய வயது வரம்புகள் நிர்ணயிக்கப்படுகின்றன. இந்த மாற்றங்கள் இனியும் தொடர வாய்ப்புண்டு.

பெண்கள் யக்ஞம் செய்யவேண்டியதில்லை என்று மநு அறிவிக்கும் பாடல் ஒன்று மநு தர்மசாஸ்திரத்தில் உள்ளது.

பெண்ணுக்கு யக்ஞம் செய்யவேண்டியதில்லை. கணவன் அனுமதியின்றி விரதமும் இல்லை, உபவாசமும் இல்லை; ஆயின் கணவனுக்குப் பணிவிடை புரிவதன் மூலமாகவே மனைவி ஸ்வர்க்க லோகத்தை அடைந்து அங்கு கௌரவிக்கப் படுகிறாள் *(5:155)*.

ஆனால் அதே மநு தர்மசாஸ்திரமானது வேறொரு பாடலில், பெண்களால் செய்யப்படும் யக்ஞம் பற்றியும் பேசுகிறது.

வேதமறியாதவன் செய்யும் யாகத்திலும் கிராமப் புரோகிதன் செய்யும் யாகத்திலும் பெண்களும் நபும்சகர்களும் செய்யும் யாகத்திலும் பிராமணன் போஜனம் செய்யக்கூடாது *(4:205)*.

எனவே பெண்கள் யக்ஞங்கள் செய்திருக்கிறார்கள் என்பதுவும் ஆனால் அதில் பிராமணர்கள் போஜனம் செய்யக்கூடாது என்பதுவும் சட்டமாக உள்ளன.

பெண்கள் விஷயத்தில் மேற்கண்ட மநுவின் சட்டங்கள் அனைத்தும் முடிந்த முடிவாக அமைந்திருக்கவில்லை. சிறு வயதிலேயே பெண்களுக்குத் திருமணம் ஆகிவிடுவதால் அவர்கள் குருகுலம் செல்ல வாய்ப்பில்லை.

மேலும் தற்காலத்தில் இருப்பதுபோல, குழந்தைப் பேற்றினைத் தள்ளிப்போடும் வசதிகளும் அக்காலத்தில் இல்லை. மட்டுமின்றி குழந்தைகளைப் பராமரிக்க உதவும்படியாகத் தற்காலத்தில் செயல்படும் அமைப்புகளும் இல்லை. எனவே பல்வேறு சம்ஸ்காரங்கள் தமக்கு இல்லையே என்று ஏங்கும் பெண்களின் ஆறுதலுக்காகவே மேற்கண்ட சட்டங்கள் எழுதப்பட்டன என்று ஊகிக்கலாம்.

ஆயினும் உலகின் மிகப் பழமையான இலக்கியமான ரிக் வேதத்தை உருவாக்கியவர்களுள் ராத்ரிதேவி, லோமசா, லோபாமுத்ரா, வாகாம்பிருணி முதலான 18 பெண்களும் இருக்கிறார்கள். மேலும், மைத்ரேயி, வாகாம்பிருணி முதலான பெண்கள் அக்காலத்தில் பெண்களுக்காகக் குருகுலம் வைத்து நடத்தியுள்ளார்கள். எனவே பெண்கள் படிக்கக்கூடாது என்பது சட்டமல்ல.

கி.மு. இரண்டாம் நூற்றாண்டில் பெண்களுக்கு வழங்கப்பட்டிருந்த உரிமைகள் மற்றும் சலுகைகள் குறித்து மநு தர்மசாஸ்திரத்தில் குறிப்பிடப்பட்டுள்ளது. வேறு எந்த நாட்டிலும் வழங்கப் பட்டிராதவை இவை. அவற்றுள் சிலவற்றைக் காண்போம்.

1. பெண்கள் வீட்டின் கிருஹ லக்ஷ்மிகள்:

பெண்களைக் கடவுள் என்று பாராட்டி எழுதுகிறார் மநு.

> வீட்டை விளங்கச் செய்து சந்ததிகளை உருவாக்குவது பெண்களே என்பதால் அவர்கள் மிகவும் போற்றுதலுக்குரியவர்கள். அவர்கள் வீட்டிலிருக்கும் லக்ஷ்மிகள் (கிருஹ லக்ஷ்மிகள்). இதற்கும்மேல் அவர்களைப் போற்ற வேறு வார்த்தைகள் ஏது? *(9:26)*

2. உலக வாழ்வின் அஸ்திவாரம்:

> பிள்ளை பெறுபவளும் பெண்தான், பெற்ற பிள்ளையைப் பேணி வளர்ப்பவளும் பெண்தான். ஒரு குடும்பத்தைக் கட்டுக் கோப்பாக நடத்திச் செல்பவளும் பெண்தான். உலக வாழ்க்கையின் அஸ்திவாரமே பெண்கள்தான் *(9:27)*.

என்று எழுதுவதன் மூலம் ஒரு குடும்பத்தின் அனைத்து நிர்வாகப் பொறுப்புகளும் பெண்களிடம் இருந்ததாக மநு தர்மசாஸ்திரம் கூறுகிறது. மேலும்,

> தனத்தைச் சேர்த்துவைக்கவும் தேவையானவற்றுக்குச் செலவிடவும் சுதந்திரம் இருக்கவேண்டும். இதைப் பிரதானமாக மனைவிதான் பார்த்துக்கொள்ளவேண்டும். கணவன் சம்பாதித்துக் கொண்டுவந்து தரும் தனத்தைச் சிக்கனமாகச் செலவு செய்து மிகுதியைச் சேர்த்துவைக்கவேண்டும். இது மனைவியின் கடமை *(9:11)*.

என்பது மநு தர்மசாஸ்திரத்தின் இன்னொரு சட்ட விதியாகும்.

3. ஆணும் பெண்ணும் சரிபாதியினர்:

ஒவ்வொரு யுகத்தின் தொடக்கத்திலும் உலகின் படைப்புப் பற்றிப் பேசும் மநு, ஆணும் பெண்ணும் சமமாகப் பிரிந்துள்ளதாக எழுதுகிறார்.

> பரம்பொருளானவர் தம் தேகத்தை இரண்டாகப் பிரித்துக் கொண்டு ஒரு பாகம் ஆணாகவும் மற்றொரு பாகம் பெண்ணாகவும் மாறினார். அந்த ஆண் அந்தப் பெண்ணிடம் விராட புருஷனை சிருஷ்டித்தார். (அகில உலகங்களையும் தன் சரீரமாகக் கொண்ட விஸ்வரூபிக்கு விராட புருஷன் என்று பெயர்) *(1:32)*.

என்பது மநுவின் கொள்கையாகும். மேலும் இன்னொரு பாடலிலும் ஆணுக்குப் பெண் சமம் என்பதை அவர் வலியுறுத்திப் பேசுகிறார்.

ஒரு புருஷன் என்று சொல்லும்போது அது அவனை மட்டுமே குறிக்காது. மனைவி என்பவள் அவனில் பாதி. புத்திரர் களோவெனில் அவனேதான் வேறு அல்ல. ஆகவே மனைவி மக்களோடு கூடிய ஒருவனே புருஷன் எனப்படுவான் *(9:45)*.

இவ்வாறு ஆண் - பெண் சமத்துவத்தை மநு நிலைநாட்டுகிறார்.

4. காதல் திருமணத்துக்கு அனுமதி:

திருக்குறளில் கூறப்பட்டுள்ள ஒரு பாடல்,

சிறைகாக்கும் காப்பு எவன்செய்யும் மகளிர்
நிறைகாக்கும் காப்பே தலை

என்பதாகும். இந்த கருத்தை திருவள்ளுவர் மநு தர்மசாஸ்திரத்தி லிருந்துதான் பெற்றிருக்க முடியும். மநு இது பற்றி,

காவல்போட்டு பெண்களைக் காப்பாற்ற முடியாது. தங்களைத் தாங்களே காப்பாற்றிக்கொள்பவர்களே உண்மையில் நன்கு காப்பாற்றப்படுபவர்கள் *(9:12)*.

என்று கூறுகிறது. இத்தகு நிலையில் இருக்கும் பெண்கள்கூடச் சில சூழ்நிலைகளில் தங்களுக்கு விருப்பமான வாழ்க்கைத் துணையைத் தானே தேடிக்கொள்ளலாம் என மநு தர்மசாஸ்திரம் அறிவுறுத்து கிறது. அச்சூழ்நிலைகள் பற்றிக் காண்போம்.

ஒரு கன்னிகை தான் ருதுமதியான பிறகு தந்தையோ சகோதரனோ தனக்குத் திருமணம் செய்துவைக்க முயற்சி செய்யாவிடில் மூன்று வருடங்கள் பொறுத்துப் பார்க்கவேண்டும். பிறகு தனக்குத் தக்க கணவனைத் தானே தேடி அடையலாம்.

இவ்வாறாகத் தானே கணவனை அடைந்த பெண்ணுக்கு எந்தப் பாவமும் ஏற்படாது. அவ்வாறே அவளை மணந்தவனுக்கும் எந்தப் பாவமும் ஏற்படாது *(9:90-91)*.

என்று மநு தர்மசாஸ்திரம் பேசுகிறது. எவ்வளவு முற்போக்குச் சிந்தனை உடையவராக மநு விளங்கியிருக்கிறார் என்பதை இவற்றின்மூலம் அறியமுடிகிறது.

5. பெண்களுக்கும் சொத்துரிமை:

பெண்களுக்குச் சொத்துரிமை உண்டு என்பதை மநு அறிவிக்கிறார். பாகப்பிரிவினை செய்துகொள்ளும் காலத்தில் திருமணம் ஆகாத

சகோதரிகள் இருந்தால் சொத்துகளைப் பங்கிடும் முறை பற்றிக் கூறும்போது,

> பாகப்பிரிவினை செய்துகொள்ளும்போது திருமணமாகாத சகோதரிகள் இருந்தால் சகோதரர்கள் தங்கள் தங்கள் பாகத்திலிருந்து நாலில் ஒரு பங்கை அப்பெண்களுக்குக் கொடுக்கவேண்டும் *(9:118)*.

என்று அறிவிக்கிறார். மேலும் ஆறுவகையான சீதனங்கள் பற்றியும் அவை பெண்களுக்கே உரிமையானவை என்றும் மநு எழுதுகிறார்.

> ஸ்திரீதனம் என்றால் பெண்ணின் தனம், பெண்ணின் சொத்து என்று பொருள்படும். இது ஆறுவகையில் அவளுக்குக் கிடைக்கும்.
>
> 1. திருமணச் சமயத்தில் அக்னியின் முன்னிலையில் தந்தையினால் வழங்கப்படுவது அப்பெண்ணின் சொந்தச் சொத்தாகிறது. இந்தச் சொத்துக்கு 'அத்யாக்னி' என்று பெயர்.
> 2. திருமணமான பெண்ணை புக்ககத்திற்கு கணவனுடன் அனுப்பிவைக்கும்போது அவளுக்குக் கொடுத்த பொருள். இந்தச் சொத்துக்கு 'அத்யாவாஹனிகம்' என்று பெயர்.
> 3. திருமணச் சமயத்தில் மற்றவர்கள் பிரீதியோடு அவளுக்குக் கொடுத்த பொருட்கள்.
> 4. கூடப் பிறந்த சகோதரர்கள், அவள் தங்கள் இல்லத்துக்கு வந்தபோதோ அல்லது அவள் இல்லத்துக்கு இவர்கள் போனபோதோ மற்றும் விசேஷ நாட்களிலோ அவளுக்கு வழங்கியவை.
> 5. தந்தை மூலமாகக் கிடைத்த தனம்.
> 6. தாய் மூலமாகக் கிடைத்த தனம்.
>
> இவ்வாறு ஆறு வகைகளில் ஒரு ஸ்த்ரீக்கு தனம் கிடைக்கும். இப்படிக் கிடைத்த யாவும் அவளுடைய சொந்தச் சொத்தேயாகும். திருமணத்துக்குப் பிறகு கணவனின் வீட்டுச் சொத்திலிருந்தோ தாய்வீட்டுச் சொத்திலிருந்தோ கிடைத்தவையும் கணவன் அன்போடு அவளுக்கு அளித்தவையும் முதலில் சொன்னபடி ஆறு வகைகளில் அவளுக்குக் கிடைத்தவையுமான சொத்து முழுவதும் கணவன் உயிரோடிருந்து அவள் இறந்துவிட்டாலும் அவளது சந்ததியினரையே சேரும். கணவனுக்கு அந்தச் சொத்தில் உரிமை இல்லை *(9:194-195)*.

எனவே பெண்கள் சொத்துரிமை உடையவர்கள் என்று மநு அறிவிக்கிறார்.

6. ஓர் ஆண் இரண்டாம் திருமணம் செய்துகொள்ளலாமா?

ஓர் ஆண் இரண்டாவதாக இன்னொரு பெண்ணைத் திருமணம் செய்துகொள்ளவேண்டும் என்றால் அதற்குக் காரணங்கள் இருக்கவேண்டும்.

> மனைவி மலடியாக இருந்தால் எட்டு ஆண்டுகள் வரை குழந்தை பிறக்கிறதா என்று எதிர்பார்த்துக் காத்திருக்கவேண்டும். அதற்குமேல் இன்னொரு பெண்ணை மணம் புரிந்து கொள்ளலாம். குழந்தை பிறந்து இறக்கிறது அல்லது கர்ப்ப சிதைவு ஏற்படுகிறது என்றால் பத்து ஆண்டுகள் காத்திருந்து பார்த்து பிறகும் சந்ததி இல்லையெனில் இன்னொரு பெண்ணைத் திருமணம் புரிந்துகொள்ளலாம். பெண் குழந்தைகளை மட்டுமே பெறுபவளாக இருப்பின் பதினொரு ஆண்டுகள் காத்திருந்து பார்த்தும் ஆண் பிறக்காவிடில் இன்னொரு பெண்ணைத் திருமணம் செய்துகொள்ளலாம். எப்போதும் பிரியமற்றதான நிஷ்டூரப் பேச்சுகளைப் பேசும் பெண்ணை உடனடியாக விட்டுவிடலாம் *(9:81)*.

என்று மநு அறிவிக்கிறார். மேலும் அப்படி இரண்டாம் திருமணம் செய்யும்போது முதல் மனைவியின் அனுமதி கட்டாயம் தேவை என்றும் அறிவிக்கிறார்.

> கணவனுக்கு ஹிதத்தைச் செய்பவளாயும் கற்பிற் சிறந்தவளு மான மனைவி நோயாளியாகிவிட்டால் அவள் அனுமதி பெற்று இன்னொரு பெண்ணை மணக்கலாம். ஆனால் எப்போதும் அவளை அவமானப்படுத்தலாகாது *(9:82)*.

என்ற சட்டவிதியும் மநுவினால் சேர்த்துக்கொள்ளப்பட்டிருக்கிறது.

இவ்வாறு ஆணுக்குப் பெண் சமம் என்றும், பெண்கள் வீட்டின் லட்சுமி எனப்படும் தெய்வம் என்றும், உலக வாழ்வின் அஸ்திவாரமே பெண்கள் என்றும், கணவனின் சம்பாத்தியத்தைத் திட்டமிட்டு செலவு செய்யவும் சேமிக்கவும் குடும்பத்தை நிர்வாகம் செய்யத் தக்கதான அதிகாரங்கள் உடையவள் பெண் என்றும், காதல் திருமணம் செய்துகொள்ளப் பெண்களை அனுமதித்தும், சொத்தில் பெண்களுக்கும் உரிமை உண்டு என்றும், பல்வேறு அதிகாரங் களையும் உரிமைகளையும் பெண்களுக்கு மநு வழங்கியுள்ளார்.

7. விதவை மறுமணம் மற்றும் குழந்தைத் திரு மணம்

அம்பேத்கர் தம்முடைய நூலில் சில தகவல்களைத் தருகிறார். அவற்றைப் பார்போம்.

> சதி தொடர்பான விதிமுறைகள் எப்படி வடிவமைக்கப்பட்டன என்பதை இதிலிருந்து நன்கு எளிதில் புரிந்துகொள்ளமுடியும். விதவை மறு மணம் புரிந்துகொள்ளக்கூடாதுஎன்பதுதான் மநுவின் விதி. ஆனால், விக்னேனேஸ்வர் சொல்வதன்படிப் பார்த்தால், விஷ்ணு ஸ்மிருதி எழுதப்பட்ட காலத்திலிருந்து மநுஸ்மிருதிக்குப் புதியதொரு விளக்கவுரை தரப்படத் தொடங்கியிருக்கிறது என்று தோன்றுகிறது. இந்தப் புதிய விளக்கவுரையின்படி, மநுதர்ம சாஸ்திரமானது விதவைகளின் முன்பாக இரண்டு வாய்ப்புகளை வைக்கிறது. 1.கணவருடைய சிதையில் இறங்கி உயிரைப் போக்கிக் கொள்வது. 2.அப்படிச் செய்யவில்லையென்றால் இரண்டாவது திருமணம் செய்துகொள்ளாமல் இருப்பது.
>
> இந்த விளக்கவுரை முழுக்கவும் தவறு. மநு இப்படிச் சொல்லவே இல்லை. விஷ்ணு ஸ்மிருதி மூன்று அல்லது நான்காம் நூற்றாண்டில் எழுதப்பட்டிருக்கக்கூடும். இதிலிருந்து 'சதி' நடைமுறை இந்தக் காலகட்டத்தில் இருந்தே ஆரம்பித்திருக்கவேண்டும் என்ற முடிவுக்கு ஒருவர் வரலாம்.
>
> ஒன்று மட்டும் நிச்சயம். இந்த விதிகள் எல்லாம் புதியவை. பருவ வயதை அடையும் முன் பெண்களுக்குத் திருமணம் செய்து வைத்துவிடவேண்டும் என்பது புதிய விதி. பௌத்தர்களுக்கு முந்தைய காலகட்டத்தில் பருவ வயதை அடைந்த பின் மட்டுமல்ல, பெண்கள் நன்கு பெரியவர்களாக வளர்ந்த பின்னரே திருமணங்கள் நடந்திருக்கின்றன. இதற்கு பல உதாரணங்கள் இருகின்றன. அதுபோலவே கணவர் இறந்துவிட்டால் பெண்கள் மறுமணம் செய்து கொள்ளக் கூடாதென்பதும் புதிய விதியே. புத்தருடைய காலத்துக்கு முன்னதாக விதவை மறு மணத்துக்கு எந்தத் தடையும் இருந்திருக்கவில்லை. புனர்பூ (மறு மணம் செய்து கொண்ட பெண்) புனர்பவ் (இரண்டாம் கணவர்) என்ற சம்ஸ்கிருத வார்த்தைகள் எல்லாம் புத்தருடைய காலத்துக்கு முன்பாக மறுமணம் சகஜமாக நடந்திருப்பதை எடுத்துக் காட்டுகின்றன (பக் 294-295). பார்ப்பனியத்தின் வெற்றி ; அரசக் கொலை அல்லது எதிர் புரட்சி - தமிழில் பக் 60-62)

டாக்டர் அம்பேத்கர் எழுதியுள்ள தகவல்கள் கீழ்க்கண்ட பல செய்திகளை நமக்குத் தருகின்றன. அவையாவன -

1. புத்த மதத்தின் எழுச்சிக்கு முன்புவரை விதவைகள் மறுமணம் செய்துகொள்ளலாம் என்கிற விதிகள் இருந்தன.
2. குழந்தைத் திருமணம் அக்காலகட்டம் வரையிலும் நடைமுறையில் இல்லை.
3. கணவன் இறந்து போனால் மனைவியை உடன் கட்டை ஏறச் செய்யும் வழக்கம் அதுவரை இந்தியாவில் இருந்திருக்க வில்லை.

எனவே இந்திய சமூகமானது சீரழிந்து போயிருந்ததாகக் கூறுவது தவறானதாகும்.

தங்கள் கணவன் இறந்த துக்கம் தாங்க முடியாமல் தாமாக விரும்பும் பெண்கள் எவரேனும் கணவருடன் உயிரை மாய்த்துக் கொண்டிருக்கலாம். ஆனால், அது சட்டமாக இயற்றப்பட்டிருக்க வில்லை. மநு சதி பற்றிய தகவல்கள் எதையும் சட்டமாக இயற்றியிருக்கவில்லை. ஆனால், அவருக்கு சுமார் ஐநூறு ஆண்டுகளுக்குப் பிந்தைய விஷ்ணு ஸ்மிருதியில் இது பற்றிய சட்டங்கள் உள்ளதாக அம்பேத்கர் அறிவிக்கிறார்.

மேலும், உடன்கட்டை ஏறும் வழக்கமான சதி என்பது இந்தியாவில் மட்டுமின்றி ஏனைய நாடுகளிலும் இருந்ததாக கானே என்பவரை மேற்கோள் காட்டி டாக்டர் அம்பேத்கர் குறிப்பிட்டிருக்கிறார் (பக் - 63).

6

ஜாதிகளும் கலப்பு ஜாதிகளும்

மநு தர்மசாஸ்திரத்தில் 'ஆபத்துக் கால தர்மம்' என்று ஒரு சட்டத் தொகுதி அறிவிக்கப்பட்டுள்ளது.

இந்த 'ஆபத்து' என்பது எப்போது ஏற்படக்கூடியதாக இருந்தது? ஒரு தனி மனித உயிருக்கு ஏதேனும் விலங்குகளாலோ பசியினாலோ ஏற்பட்டதா? அல்லது ஒரு பிராமணர் அவருக்குரிய கடமைகளாகிய ஹோமம் முதலானவற்றைச் செய்யும்போது ஏற்பட்ட ஆபத்தா? அல்லது புத்தமத எழுச்சியின் காரணமாக வேதங்களுக்கும் வேதம் சார்ந்த சமூக அமைப்புகளுக்கும் ஏற்பட்டிருந்த ஆபத்தா?

இதனை முதலில் அறிந்துகொள்ளவேண்டும்.

'ஆபத்துக் காலத்தில் செய்யவேண்டியவை' என மநு தர்ம சாஸ்திரத்தின் சில இடங்களில் குறிப்பிடப்பட்டுள்ளன. அவற்றை மொழிபெயர்த்தவர்கள் முதலிரண்டு காரணங்களை மட்டுமே மனத்தில் வைத்துக்கொண்டு மநு தர்மசாஸ்திரத்தை மொழி பெயர்த்திருக்கிறார்கள்.

ஆனால் பிராமணர்கள் வறுமையில் வாடுவதற்குக் காரணமே மன்னனுடைய நெறியற்ற தன்மை என்று பேசிய மநு (11:21-23), வறுமையிலிருந்து மீளும்விதமாய் அவர்களுக்கு நிவாரணம் அளிக்கும் வகையில் பல்வேறு புதிய புதிய பணியிடங் களையும் ஏற்படுத்திக்கொடுக்கிறார் (11:28, 10:81-82,116, ஸ்ரீ இந்து 10:70-71, 105).

மேலும், பத்தாவது அத்தியாயம் முழுவதையுமே ஆபத்துக் காலத்துக்கு உரிய சட்டங்கள் என அறிவிக்கிறார். இந்திய சமூக வரலாற்றில் மிகப் பெரிய பிரளயத்தைத் தோற்றுவித்துவிட்டதாக அறியப்படும் ஜாதிகள் தோன்றியதும், தோன்றி நிலைத்துவிட்டதும் 'ஆபத்துக் காலம்' எனப்படும் இந்தக் காலத்தில்தான்.

'வர்ணம்' என்கிற சமூக அமைப்பை 'ஜாதிகள்' என வரையறுத்ததும், ஜாதிகள் கலந்துவிடாமல் இருப்பதற்குரிய முயற்சிகள் மேற் கொள்ளப்பட்டதும், அதையும் மீறி கலப்பு ஜாதியினர் தோன்றி யதையும், கலப்பு ஜாதியினரை 'சண்டாளர்' என்றும் 'தீண்டத் தகாதவர்' எனப் பட்டியல்படுத்தியதும், ஆபத்துக் காலத்துக்கெனத் தனியாகச் சட்டங்கள் இயற்றப்பெற்றதும், பிராமணர்கள் எந்தத் தொழிலையும் செய்துகொள்ள அனுமதி வழங்கப்பட்டதும் எனப் பல்வேறு புதிய சட்டங்கள் மநு தர்மசாஸ்திரத்தில் பத்தாவது அத்தியாயத்தில் சேர்த்துக்கொள்ளப்பட்டன.

இத்தனை புதிய விஷயங்கள் சட்டமாக்கப்படுவதற்கு, தற்செயலாக ஒரு பிராமணருக்கு நேரிட்ட ஓர் ஆபத்திலிருந்து அவரை பாதுகாத்துக்கொள்ள வேண்டிய சூழ்நிலையே காரணமாக இருந்திருக்க முடியாது. நிரந்தரமாக மாறிவிட்ட நீண்டகாலப் பிரச்சினைகளுக்கு உரிய தீர்வுகளுக்கு ஏதுவான சட்டங்கள் இவை.

ஒன்பதாவது அத்தியாயத்தை எழுதி முடித்ததும் மநு ஒரு தகவலை மிகவும் அழுத்தமாகத் தெரிவிக்கிறார். ஒன்பதாவது அத்தியாயத்தின் கடைசிப் பாடலில்,

> ஆபத்தற்ற காலங்களில் நான்கு வர்ணத்தாரும் கடைப்பிடிக்க வேண்டிய தர்ம நெறிகள் இதுவரை கூறப்பட்டன. இனி ஆபத்துக் காலங்களில் கடைப்பிடிக்கவேண்டிய தர்ம நெறிகளையும் கலப்பினத்தாரின் தர்ம நெறிகளையும் கூறுகிறேன் கேளுங்கள் (9:336).

என்று கூறி, தகுந்த பீடிகையுடன் பத்தாவது அத்தியாயத்தைத் தொடங்குகிறார். பின்னர் பத்தாவது அத்தியாயத்தை எழுதி முடிக்கும்போது,

> நான்கு வர்ணத்தவரும் ஆபத்துக் காலத்தில் கடைப்பிடிக்க வேண்டிய தர்மங்கள் கூறப்பட்டன. இவற்றை நன்கு கடைப்பிடிப்பவர்கள் மேலான நிலையை அடைவார்கள் (10:130, ஸ்ரீ இந்து 10:119).

என்று சொல்கிறார். எனவே பத்தாவது அத்தியாயம் முழுவதும் ஆபத்துக்காலத்துக்கான சட்டங்களாகும்.

மேற்கண்ட பாடல்களில் உள்ள விஷயங்களுள் இரண்டு அம்சங்கள் மிகவும் கவனத்தில் கொள்ளப்படவேண்டியவையாகும்.

1. பத்தாவது அத்தியாயத்தில் பேசப்பட்டிருப்பவை அனைத்தும் ஜாதிகள் கலப்பு, ஜாதிகள், சண்டாளர்கள் மற்றும் தீண்டத் தகாதவர்கள் பற்றியவை ஆகும். தமிழ் மொழிபெயர்ப்பாளர்கள் இந்தப் பகுதியில், நான்கு வர்ணங்களை, நான்கு ஜாதிகள் என்றே மொழிபெயர்க்கின்றனர். ஆபத்துக் காலத்துக்கு முன்புவரை நான்கு வர்ணங்கள் மட்டுமே நடைமுறையில் இருந்துவந்தன. ஆபத்துக் காலத்தில் பல்வேறு ஜாதிகள் தோன்றியிருந்தாலும் அக்காலத்தின் ஆபத்துக்கள் யாவும் நீங்கியபின் அனைத்து ஜாதிகளும் மீண்டும் நான்கு வர்ணங்களுக்குள் சங்கமித்தாக வேண்டும் என்ற மநுவின் எதிர்பார்ப்பு வெளிப்படுகிறது.
2. ஜாதிகள் என்பவையும் கலப்பு ஜாதியினர்களும் சண்டாளர் மற்றும் தீண்டத்தகாதவர்கள் எனப்பட்ட அனைவரும் ஆபத்துக் காலத்துக்கு உரியவர்களேதவிர அதற்கு முன்னரோ அல்லது பின்னரோ அத்தகைய வகுப்பினர் எவரும் நடைமுறையில் இருக்கக்கூடாது. அவர்கள் அனைவரும் நான்கு வர்ணங் களுக்குள் சங்கமித்தே ஆகவேண்டும் என்ற மநுவின் லட்சியம் வெளிப்படுகிறது.

மேற்கண்டவற்றைத் தம்முடைய கொள்கையாகக் கொண்டிருந்த காரணத்தாலேயே கலப்பு ஜாதியினர், சண்டாளர் மற்றும் தீண்டத் தகாதவர்களை 'பஞ்சமர்' அல்லது 'ஐந்தாமவர்' என ஏற்றுக் கொள்வதற்கு மநு மறுத்துவிடுகிறார். வர்ணம் நான்கு தவிர ஐந்து என்பதில்லை என்று கூற விரும்பினார் அவர். அதாவது மேற்கண்ட கலப்பு ஜாதியினர், சண்டாளர்கள் மற்றும் தீண்டத்தகாதவர்கள்கூட நான்கு வர்ணங்களுக்குள் அமையவேண்டியவர்களே தவிர அவற்றிற்கு வெளியே அல்ல.

சமுதாயத்தை நான்கு பிரிவினராகவே வகைப்படுத்தியுள்ளதாக அறிவிக்கும் அந்தப் பாடல் கீழே தரப்பட்டுள்ளது.

> பிராமண சத்திரிய வைசியரென்னும் மூவர்ணத்தாரே த்விஜர்கள் எனப்படுவர்கள். இவர்கள் உபநயனம் என்னும் பூணூல் போடுவதும் காயத்ரி மந்திரத்தை உபதேசம் பெறுவதுமான கிரியையைச் செய்துகொள்ளவேண்டும். இதனால் இரண்டாம் முறை பிறப்பெடுத்தவர் ஆகின்றனர். அதனால் இருமுறை பிறந்தவர்கள் என்னும் பொருள்படும் த்விஜர்கள் என்று

சொல்லப்படுகிறார்கள். அடுத்து நாலாம் வர்ணத்தவன் சூத்திரன். ஆக மொத்தம் நான்கு வர்ணங்கள்தான் உண்டு. ஐந்தாவது என்று எதுவும் கிடையாது *(10:4)*.

இந்தப் பாடல், ஜாதிகள், தீண்டத்தகாதவர்கள் மற்றும் சண்டாளர் ஆகியோரை அறிமுகப்படுத்திய பத்தாவது அத்தியாயத்திலேயே தரப்பட்டுள்ளது என்பதைக் கவனத்தில் கொள்ளவேண்டும். எனவே ஜாதிகளின் பட்டியலில் எத்தனை ஜாதிகள் இருந்தாலும் அவை அனைத்தையும் நான்கு வர்ணங்களுக்குள் அடக்கிவிட வேண்டும் என்பதுவே மநுவின் ஆர்வமாகும்.

'கலப்பு ஜாதிகள்' என்ற சொல் மநு தர்மசாஸ்திரத்தின் மூல நூலில் இல்லை. 'வர்ண ஸங்கர' என்றுதான் சமஸ்கிருதத்தில் குறிப்பிடப் பட்டுள்ளது *(10:24)*. அதாவது கலப்பு ஜாதிகள் என்று அல்ல, கலப்பு வர்ணங்கள். ஜாதிகள் கலந்துவிடாமல் பாதுகாப்பதல்ல மநுவின் நோக்கம். வர்ணங்கள் கலந்துவிடக்கூடாது என்பதே அவரது நோக்கமாக இருந்துள்ளது. எனவே ஜாதிகளின் கலப்பு என்பதும், அவற்றின் மூலம் நிர்ணயிக்கப்பட்டுள்ள தீண்டத்தகாதவர் மற்றும் சண்டாளர் போன்ற பாகுபாடுகள் அனைத்தும் பிற்காலத்தில் யாரோ எழுதி மநு தர்மசாஸ்திரத்தில் சேர்த்திருக்கவேண்டும் என்பது உண்மை எனத் தோன்றுகிறது. வர்ணம், ஜாதி இரண்டையும் ஒன்றே எனக் கருதிவிடும் மொழிபெயர்ப்பாளர்களும் 'வர்ணக் கலப்பு' என்பதைக்கூட 'ஜாதிக்கலப்பு' என்றே குறிப்பிடுகின்றனர். ஏழாவது மநு தர்மசாஸ்திரத்தின் ஆசிரியருக்கு 'ஜாதிகளின் கலப்பு' பற்றியோ, ஏன் ஜாதிகள் பற்றியோ எதுவும் தெரியாமல்கூட இருந்திருக்கலாம்.

அதாவது வர்ணம் என்கிற சமூக அமைப்பு வழக்கிலிருந்து நீங்கியதும், ஆபத்துக் கால முடிவுவரை சமுதாயங்களுக்கு இடையே குழப்பம் எதுவும் ஏற்பட்டுவிடக்கூடாது என்ற எண்ணத்தில் கலப்புத் திருமணம் தடை செய்யப்பட்டது. இது ஆபத்துக் காலம் நீங்கும்வரை மட்டுமே.

நான்கு வர்ணங்களுக்கு இடையே கலப்பினம் உருவாகிவிடக் கூடாது என்னும் நோக்கில் மநு கூறுகிறாரே தவிர 'ஜாதிகள்' என்ற வார்த்தை பயன்படுத்தப்படவில்லை என்பதிலிருந்து ஜாதிகள் சமூக அமைப்பாக மாறுவதற்கு முன் மேற்கண்ட பாடல் *(10:24)* எழுதப்பட்டுள்ளது என்பது ஊர்ஜிதமாகிறது. எனில் 'ஜாதிகள்' மற்றும் 'கலப்பு ஜாதிகள்' என்ற சொற்கள் மேற்கண்ட பாடல் எழுதப்பட்ட காலத்தில் தேவைப்பட்டிருக்கவில்லை. பிற்காலத்தில்

ஜாதி அமைப்பு வலுவான நிலையை அடைந்தபின்னரே 'கலப்பு ஜாதிகள்' பற்றிய தகவல்களைப் புதிதாக எழுதி இடைச்செருகலாகச் சேர்த்திருக்கவேண்டும் என்பது ஏற்புடையதாகவே உள்ளது.

மொழிபெயர்ப்பாளர்கள் பல இடங்களிலும் 'நான்கு வர்ணம்' என்பதை 'நான்கு ஜாதிகள்' என்றும் பிராமணர் என்ற சொல்லை பிராமண 'ஜாதியினர்' என்றும் குறிப்பிட்டு எழுதிவிடுகின்றனர். ஆனால், கலப்பின ஜாதிகள் பற்றிப் பத்தாவது அத்தியாயத்தில் குறிப்பிடப்படும் தகவல்கள் எவையும் மநுவின் உயர்ந்த லட்சியத்துக்கு ஏற்றதல்ல என்பதை அறியலாம். இனி கலப்பு ஜாதிகள் யாவை என்பதுபற்றிக் காண்போம்.

பிராமணர், சத்திரியர், வைசியர் என்னும் மூன்று வர்ணத்தினரும் தமக்கும்கீழ் அடுத்த வர்ணத்திலிருந்து பெண் எடுத்து மணந்திருந் தாலும் ஆணின் சொந்த வர்ணத்தையே பெற்றிருப்பார்கள் *(10:5-6)*. ஒரு குறிப்பிட்ட வர்ணத்தைச் சார்ந்தவர் தமக்கு நேர் கீழே அமைந்த அடுத்த வர்ணத்திலிருந்து திருமணம் செய்திருந்தால் மட்டுமே இவ்விதி பொருந்தும். அதை விடுத்து ஏனைய வர்ணங்களிலிருந்து பெண் எடுத்துத் திருமணம் செய்திருந்தால் அவர்கள் வர்ணம் என்ற அந்தஸ்தை இழந்துவிடுகின்றனர். இப்போதுதான் 'ஜாதிகள்' உருவாகின்றன *(10:7)*.

அதாவது ஒரு வர்ணத்தினர் தன் சுய வர்ணத்திலிருந்து திருமணம் செய்துகொண்டாலும் அல்லது தனக்கும் அடுத்த கீழ் வர்ணத்தி லிருந்து திருமணம் செய்துகொண்டாலும் தம் குழந்தைக்கு 'வர்ணம்' என்ற சொல்லைப் பயன்படுத்திக்கொள்ளலாம். அதிலிருந்து மாறுபடுகிறபோது 'வர்ணம்' என்ற சொல் தடை செய்யப்பட்டு 'ஜாதிகள்' என அவர்கள் அடையாளப்படுத்தப்படுகின்றனர். ஆயினும் ஆண்கள் உயர்ந்த வர்ணத்தவராக இருந்தால் மட்டுமே இது பொருந்தும் என்பதையும், பெண்கள் உயர்ந்த வர்ணத்தவராக இருந்தால் இச்சலுகை இல்லை என்பதையும் கவனிக்கவேண்டும். அதாவது 'வர்ணம்' என்ற அந்தஸ்தைப் பெற ஆண் உயர்ந்த வர்ணத்தவராக இருக்கவேண்டும். மாறாக, பெண்கள் உயர்ந்த வர்ணத்தவராக இருந்தால் வர்ணம் என்ற சொல்லை அவர்களின் குழந்தைக்குப் பயன்படுத்த முடியாது, ஜாதி என்ற சொல்லைத்தான் பயன்படுத்தவேண்டும்.

ஆனால், இவ்விதமாக ஜாதிகளை முன்னிலைப்படுத்தும் கொள்கைகள் எதுவும் பூர்விகத்தில் இல்லை என்பதனையும், பெண்களை எந்த வர்ணத்திலிருந்தும் திருமணம்

செய்துகொள்ளலாம் என்ற நிலை இருந்ததையும் நாம் நினைவில் வைத்துக்கொள்ளவேண்டும் (2:238, 2:240).

இவை மட்டுமின்றி, தாழ்ந்த குலத்துப் பெண்களை மணந்தும்கூட மிகச்சிறப்பான நிலையை எய்திய பிராமணர்களைப் பற்றியும், அவர்கள் தங்கள் பிராமணத் தன்மையை இழந்துவிடவில்லை என்பதை விவரித்தும் மநுவில் ஒரு பட்டியல் தயாரிக்கப்பட்டுள்ளது என்பதையும் நாம் கவனிக்கவேண்டும் (9:23-24).

ஆனால் ஒரு வர்ணத்தவர் தம் சுய வர்ணத்தில் மட்டுமே திருமணம் செய்துகொள்வதன்மூலம், ஆபத்துக் காலத்தில் சமூக அமைப்பில் குழப்பம் எதுவும் ஏற்பட்டுவிடாமல் பாதுகாத்துக்கொள்ள வேண்டியவர்களாக இருந்தனர். ஒரு சலுகையாக, ஒருவர் தமக்குக்கீழ் அமைந்துள்ள வர்ணத்திலிருந்து மட்டுமே பெண் எடுத்துக்கொள்ளலாம். அதுவரையிலும் அவரது வர்ணத்துக்கு இழப்பு ஏற்படப்போவதில்லை. அதையும் மீறிச் செயல்பட்டபோது அவர்களை 'வர்ணம்' என்ற சமூக அமைப்பில் ஏற்றுக்கொள்ள முடியாமல் அவர்களுக்கு 'ஜாதிகள்' என்ற புதிய அமைப்பில் இடமளிக்கப்பட்டது. ஆயினும் கலப்புத் திருமணத்தை மநு ஆதரித்து எழுதவும் செய்கிறார் (3:5).

வர்ண அமைப்பில் பிராமணர் மேல்வர்ணத்தவர் என்றும், ஏனையவர்கள் கீழ்வர்ணத்தவர் என்றும் அடையாளம்காண மநுவால் முடிந்தது. ஆனால் 'கலப்பு ஜாதி' பற்றிப் பேசியபோது ஜாதியால் ஒருவர் உயர்ந்தவர் என்றோ, அல்லது வேறொருவர் கீழ் ஜாதியினர் என்றோ வகைப்படுத்திப்பேச மநுவால் முடியவில்லை, என்பதையும் நாம் கவனத்தில் கொள்ள வேண்டும். ஏனெனில் பிறப்பால் உயர்வு தாழ்வு பாராட்டும் இயல்பு மநுவுக்கு இல்லை. பிறப்பால் எல்லோரும் சமம் என்றும்; ஒருவர் பெறும் கல்வி மூலமே அவருக்கு சிறப்பு அமைகிறது என்றும் மநு கருதுகிறார். (2:172)

இனி ஜாதிகளைப் பற்றிக் காண்போம்

பிராமணனுக்கு வைசிய மனைவியிடம் பிறந்த பிள்ளை அம்பஷ்டன். சூத்திரப் பெண்ணிடம் பிறந்த பிள்ளை நிஷாதன். இவனை பாரஷவன் என்றும் கூறுவர் (10:8). சத்திரியனுக்கு சூத்திரனிடம் பிறந்தவன் 'உக்ரன்' எனப்படுவான் (10:9).

மேற்கண்டவர்கள் அனைவரும் மேல் வர்ண ஆண்களுக்கும் கீழ் வர்ணப் பெண்களுக்கும் பிறந்தவர்கள். எனவே அவர்கள்

'அனுலோமர்கள்' எனப்பட்டனர். அதே சமயம் கீழ் வர்ணத்து ஆண்களுக்கும் மேல் வர்ணத்துப் பெண்களுக்கும் பிறந்தவர்கள் 'பிரதிலோமர்' எனப்பட்டனர்.

சத்திரியனுக்கு பிராமண மனைவியிடம் பிறந்த பிள்ளை 'ஸுதன்' என்றும், வைசியனுக்கு சத்திரியப் பெண்ணிடம் பிறந்தவனுக்கு மாகதன் என்றும், வைசியனுக்கு பிராமணப் பெண்ணிடம் பிறந்த பிள்ளை வைதேஹன் என்றும் அழைக்கப்படுவர் *(10:11)*.

சூத்திரனுக்கு வைசிய மனைவியிடம் பிறந்த பிள்ளை அயோகவன் என்றும், சூத்திரனுக்கு சத்திரிய மனைவியிடம் பிறந்த பிள்ளை க்ஷத்தா என்றும், சூத்திரனுக்கு பிராமணப் பெண்ணிடத்தில் பிறந்த பிள்ளை சண்டாளன் என்றும் அழைக்கப்படுவர் *(10:12)*.

இந்த மூன்று ஜாதியினர் பற்றிய தகவல்கள் தீண்டத்தகாதவர்களை பற்றிப் பார்க்கும்போது தேவைப்படும் என்பதை நினைவில் கொள்ளுக.

பிராமணனுக்கு உக்ர ஜாதிப் பெண்ணிடம் பிறந்தவன் ஆவ்ரதன் என்றும், அம்பஷ்ட பெண்ணிடம் பிறந்தவன் ஆபீரன் என்றும், அயோகப் பெண்ணிடம் பிறந்தவன் திக்வணன் என்றும் *(10:15)* அழைக்கப்பட்டனர்.

நிஷாதனுக்கும் சூத்திரப் பெண்ணுக்கும் பிறந்தவன் புல்கசன் என்றும், சூத்திர ஆணுக்கும் நிஷாதப் பெண்ணுக்கும் பிறந்தவன் குக்குடகன் என்றும் பெயர் பெற்றனர் *(10:18)*.

க்ஷத்தாவுக்கு உக்ர இனத்துப் பெண்ணிடம் பிறந்த பிள்ளைக்கு ஸ்வபாகன் என்றும், வைதேகனுக்கு அம்பஷ்ட இனத்துப் பெண்ணிடம் பிறந்த பிள்ளைக்கு வேணன் என்றும் பெயர் *(10:19)*.

இருபிறப்பாளர்களான பிராமண, சத்திரிய, வைசியர் மூவரும் தம்முடைய சுய வர்ணத்தில் திருமணம் செய்துகொண்டு பிறந்த பிள்ளைகளுக்கு உபநயனம் முதலான சமஸ்காரங்கள் எதுவும் செய்யாமலிருந்தால் அப்பிள்ளைகள் விராத்யர்கள் என்று பெயர் பெற்றனர் *(10:20)*. இதில் கவனிக்கவேண்டிய விஷயம் யாதெனில் ஒரு மனிதனின் பிறப்பைவிட அவனது சம்ஸ்காரமே அவனுடைய அந்தஸ்தை நிர்ணயம் செய்வதற்கு உதவியுள்ளது.

விராத்யனான பிராமணன் அதே இனத்து பிராமணப் பெண்ணை மணந்து பிறக்கும் பிள்ளைக்கு பூர்ஜகண்டகன் என்று பெயர் *(10:21)*.

விராத்யனான சத்திரியனுக்கு அதே இனத்துப் பெண்ணிடம் பிறப்பவனுக்கு பல்லன் என்று பெயர். இவனுக்கு தேசங்கள் தோறும் மல்லன், நிச்விநடன், கரணன், கசன், திரவிடன் என வேறு பெயர்களும் வழங்கப்படுகின்றன *(10:22. ஸ்ரீ இந்துவில் திரவிடன் என்ற சொல் இல்லை. ஆனால் சமஸ்கிருதப் பாடலில் 'த்ரவிட' என்ற சொல் உள்ளது)*. விராத்யனான வைசியனுக்கு அதே இனத்துப் பெண்ணிடம் பிறப்பவனுக்கு சுதன்வா என்று பெயர். இவனுக்கு ஆசாரியன், காரூசன், விஜன்மா, மைத்ரன், சாத்வதன் என்ற பெயர்களும் உண்டு *(10:23)*.

கலப்பு ஜாதியினரின் தொழில்கள்: *(10:46-49. ஸ்ரீ இந்து 10:35-38)*.

1.	சூதர்கள்	...	தேர்ப்பாகன்
2.	அம்பஷ்டர்	...	வைத்தியம்
3.	வைதேகர்கள்	...	அந்தபுரக்காவல்
4.	மாகதர்கள்	...	வர்த்தகம்
5.	நிஷாதர்கள்	...	மீன் பிடித்தல்
6.	அயோகவர்	...	தச்சு வேலை
7.	மேதர்கள், ஆந்தர்கள், மத்கு, சுஞ்சுகள்	...	காட்டு மிருகங்களை வேட்டையாடுதல்
8.	திக்வணர்	...	தோல் வேலை
9.	வேணர்	...	முரசறைதல்

ஒரு சூத்திரனுக்கு பிராமணப் பெண்ணிடம் பிறந்தவன் சண்டாளன் எனப்படுவான் *(10:12)*.

தீண்டத்தகாதவர்கள்

தீண்டத்தகாதவர் என்ற சொல்லுக்கு 'நாம் அவர்களைத் தொடக் கூடாது' என்றோ, அல்லது 'அவர்கள் நம்மைத் தொடக்கூடாது' என்றோ பொருள் இருப்பதாக அறிய முடியவில்லை. தீண்டத் தகாதவர்கள் 15 இனங்கள் என மநு அறிவிக்கிறார்.

வர்ணம் நான்கு என்பவை ஜாதிகளாக அறியப்படத் தொடங்கிய நிலையில் ஒவ்வொரு வர்ணத்தவரும் தம்முடைய சுய வர்ணத்திலிருந்து திருமணம் செய்துகொள்ளவேண்டும் என்றும் அந்நிலையில் வர்ணக் கலப்பு ஏற்படுவது என்பதோ அல்லது 'ஜாதிகள்' என அவர்களைப் பட்டியல் படுத்தவோ மநு தர்மசாஸ்திரம் முயற்சிக்கவில்லை என்றும் அறிகிறோம். ஆனால்

ஒரு வர்ணத்தைச் சார்ந்தவர் வேறொரு வர்ணத்துப் பெண்ணைத் திருமணம் செய்து கொள்ள மநு தர்மசாஸ்திரம் தடை விதித்தாலும் கூட, ஒரு சலுகை வழங்கியிருந்தது. அதாவது பிராமணர், சத்திரியர், வைசியர் என்னும் மூவரும் தம்முடைய வர்ணத்திற்கும் அடுத்ததாக வருகின்ற கீழ் வர்ணத்தாருடன் திருமணம் செய்துகொண்டாலும் மேல் வர்ணத்து ஆண்களின் வர்ணத்தையே அவர்களும் பெற்றுக்கொள்வர். 'ஜாதி' என்னும் சொல் இதுவரை அறிமுகப் படுத்தப்படவில்லை என்பதையும் நாம் கவனத்தில் கொள்ள வேண்டும். இது அனுலோம நிலை.

பிரதிலோம நிலையில் அதாவது கீழ்வர்ணத்து ஆண் ஒருவன் தனக்கு மேல்வர்ணத்துப் பெண்ணைத் திருமணம் செய்ய அனுமதிக்கப்பட வில்லை. அதையும் மீறி அவ்வாறு செய்துகொண்டால் அவர் களுக்குப் பிறக்கும் பிள்ளைகள் 'வர்ணம்' என்கிற அந்தஸ்தை இழந்து 'கலப்பு ஜாதியினர்' என்ற இனப்பட்டியலில் வகைப் படுத்தப்படுகின்றனர். இதை நாம் ஏற்கெனவே பார்த்தோம்.

கலப்பு ஜாதிகளுள் 'தீண்டத்தகாதவர்கள்' 15 ஜாதியினர் என மநு தர்மசாஸ்திரத்தில் கூறப்பட்டுள்ளது.

அயோகவன் அதே ஜாதிப் பெண்ணை மணந்துகொண்டதாலும், க்ஷத்தா தன் ஜாதிப் பெண்ணை மணந்துகொண்டதாலும், சண்டாளன் தன் ஜாதிப் பெண்ணை மணந்துகொண்டதாலும் வருகின்ற மூன்று இனத்தவரும் தீண்டத்தகாதவர்கள்.

மேலும் அயோகவன், க்ஷத்தா, சண்டாளன் என்கிற மூன்று ஜாதியினரும் நான்கு வர்ணத்துப் பெண்களைத் திருமணம் செய்து கொண்டால் வருகின்ற 3 x 4 = 12 இனத்தவர்கள். இங்கு வர்ணம் மற்றும் ஜாதி என்ற இரண்டு சொற்களும் பயன்படுத்தப் பட்டுள்ளதைக் கவனிக்கவேண்டும்.

ஆக மொத்தம் 3+12 = 15 இனத்தவர்களும் தீண்டத்தகாதவர்கள் என (10:30-31. ஆனால் இந்த இரு பாடல்களை உள்ளடக்கிய 11 பாடல்கள் ஸ்ரீ இந்து பதிப்பில் இல்லை.) மநு தர்மசாஸ்திரம் அறிவிக்கிறது. இந்த 15 வகையினரையும் எந்தவொரு வர்ணத்திலோ அல்லது எந்தவொரு ஜாதியினாலோ அடையாளப் படுத்த முடியவில்லை. எனவே, இவர்கள் வர்ணத்துக்கும் ஜாதிகளுக்கும் அப்பாற்பட்டவர்கள்.

'தீண்டத்தகாதவர்கள்' என்பதற்கு 'யாரும் தொட்டுவிடக்கூடாதவர்' என்றோ அல்லது 'யாரையும் தொடக்கூடாதவர்' என்றோ பொருள் கொள்ள முடியவில்லை. ''எந்த ஜாதியினரும் அல்லது எந்த

வர்ணத்தவரும் இவர்களை ஏற்றுக்கொள்ளவில்லை'' என்பதுவே தீண்டடத்தகாதவர் என்பதன் பொருளாகும். அதனால்தான் ஜாதிகள் மற்றும் வர்ணத்திலிருந்து வெளியேற்றப்பட்டவர்கள் என்னும் பொருளில் excluded என்ற சொல்லை ஆங்கிலத்தில் பயன் படுத்துகிறார்கள். தீண்டாமை என்பதற்கு ''தொடக்கூடாமை'' (untouchablity) என்று பொருள் கொள்ளுவதற்கு மநு தர்மசாஸ்திரம் அனுமதிக்கவில்லை. ஆயினும் மநு தர்மசாஸ்திரம் 3:178-வது பாடல் ஒரு வித்தியாசமான தொனியில் பயன்படுத்தப்பட்டுள்ளது. சிரார்த்தம் போன்ற புனிதப் பணிகள் நடந்துகொண்டிருக்கும்போது கவனிக்கப்படவேண்டிய விஷயமாக அது உள்ளது.

> சூத்திரர்களுக்கு புரோகிதம் செய்பவன் தன் பந்தியில் அமர்ந்திருக்கும் எத்தனை பேரைத் தொடுகிறானோ அத்தனை பேர் சாப்பிட்ட பலன் அன்னதாதாவுக்கு கிட்டாதபடி அழிப்பான் (ஸ்ரீ இந்து 3:178).

மேற்கண்ட பாடலில்கூட 'தீண்டப்படாதவர்கள்' என்பவர்கள் சூத்திரர்கள் அல்ல, அவர்களும் பிராமணர்களே என்பது அறிவிக்கப் படுகிறது. ஏ.கே. கோபாலன் பதிப்பில் புரோகிதம் செய்பவன் பிராமணர்களைத் தொடக்கூடாது எனக் குறிப்பிடப்பட்டுள்ளது. எனவே தீட்டுக்குரியது என அறியப்படும் விஷயத்தில் 'தொடுகிறவரும்', 'தொடப்படுகிறவரும்' பிராமணர்களே. குற்றம் என்னவெனில் சூத்திரனுக்கு புரோகிதம் பார்த்தது ஒன்றேயாகும். தீண்டாமையைத் தொடுகையோடு சம்பந்தப்படுத்தி மநுவில் எழுதப்பட்டிருக்கும் ஒரே பாடல் இதுதான்.

வேத விரோதிகளான புத்த மதத்தினர், சூத்திரர்கள் என்றுதான் குறிப்பிடப்பட்டார்கள். டாக்டர் அம்பேத்கர் இதுபற்றிக் கூறும்போது 'புத்த மதத்தின் எதிரிகள் (வேதங்களுக்கு ஆதரவானவர்கள்) புத்த மதத்தை சூத்திரர்களின் மதம் அதாவது தாழ்ந்த குலத்தினரின் மதம் என்று அழைத்தார்கள்' (Buddhism was called by its enemies as the Shudra religion, i.e. the religion of the low classes) என்பதை ஏற்றுக்கொள்கிறார். இங்கு கவனிக்கப்பட வேண்டிய விஷயம் யாதெனில் 'நாலாம் வர்ணத்தவர்' என அறியப்படுபவர்கள் வேத விரோதிகள் இல்லை. அவர்கள் வேதங்களைப் படிக்க முடியாததால் சூத்திரர்கள் எனப் பெயர் பெற்றவர்கள். ஆனால், வேதங்களைப் படிக்கமாட்டேன் என்று அடம்பிடிக்கிறவர்களாகவும் வேதம் சார்ந்த யாகங்கள் முதலானவற்றுக்கு எதிரிகளாகவும் இருந்தவர்கள் புத்த மதத்தவர்கள் மட்டுமே. எனவே புத்த மதத்தைச் சார்ந்த

சூத்திரர்களுக்கு புரோகிதம் பார்க்கக்கூடாது என்பதுவே மநுவின் சட்டமாகும். ஏனெனில் பிறப்பால் எவரையும் உயர்ந்தவர் என்றோ தாழ்ந்தவர் என்றோ பேதம் பாராட்டும் இயல்பு மநுவுக்கு இல்லை.

கலப்பு ஜாதியினர் என வகைப்படுத்தப்பட்டவர்களும் ஜாதிக்கு வெளியே உள்ளவர்களாக அறியப்பட்ட தீண்டத்தகாதவர்களும் 'ஐந்தாம் நிலையினர்' என்று கூற மநு அனுமதிக்கவில்லை *(10:4)*.

சண்டாளர் யார்?

இவர்கள் பஞ்சமா பாதகங்கள் செய்தவர்கள் என்பது போலவும்; சமூகத்தின் இழிந்த பிறவியினர் என்பது போலவும் கருத்துகள் உள்ளன. ஆனால் ஒழுக்கக் கேடான வாழ்க்கை வாழ்ந்தவர்களே சண்டாளர்கள் என மநு அறிவிக்கிறார். பிராமணர்களில்கூட சண்டாளர்கள் உண்டு என்பது மநுவின் கருத்தாகும். *(9:87)*

எனவே மநு தர்மசாஸ்திரத்தின் பத்தாவது அத்தியாயம் முழுமையை யும் அல்லது அதில் பல பாடல்களையும் மநு எழுதியதாக இருக்க வாய்ப்பில்லை என்பது ஏற்றுக்கொள்ளும்படியாக உள்ளது.

7

மநுவில் இடைச்செருகல்

ஏ.கே. கோபாலன் பதிப்பில், நூலின் அறிமுகப் பகுதியில் கீழ்க்கண்ட தகவல்கள் உள்ளன (பக்:12-13).

ஈரான் எனப்படும் பாரசீக நாட்டிலும் எகிப்திலும் பாலஸ்தீனத்திலும் அவை (தர்மசாஸ்திரத்திலுள்ள சட்டங்கள்) பரவியதற்கு ஆதாரங்கள் தென்படுகின்றன. பல்லாயிரம் வருடங்களாக இந்தியாவுடன் வர்த்தகத் தொடர்புள்ள கிரேக்க நாட்டிலும் மநு பயிலப் பெற்றிருந்தார். புகழ் பெற்ற கிரேக்க சரித்திர ஆசிரியரான ஹிரோடோட்டஸ் 'நான்கு வகுப்பாளர்கள்' என்று அடிக்கடிக் குறிப்பிட்டிருப்பது மநுவின் நான்கு வருணத்தவராகவே இருத்தல்கூடும். கிரேக்கத் தத்துவ ஞானியான பிளேட்டோவின் 'உரையாடல்கள்' என்ற நூல் பாரத நாட்டு வேதங்கள் உபநிடதங்களைப் போன்ற மெய்ஞ்ஞான ஆராய்ச்சியாக விளங்குவதை ஸர் வில்லியம் ராம்ஸே என்ற அறிஞர் சுட்டிக்காட்டியிருக்கிறார். மநு பிராமண சத்திரிய வைசியரென்று மக்களைப் பகுத்திருப்பது போலவே பிளேட்டோவும் வகுத்துக் கூறியுள்ளார். ரோமாபுரி ராஜ்யத்திலும் மநுவுக்கு செல்வாக்கு இருந்ததை அதன் சட்டங்களிலிருந்தே தெரிந்து கொள்ளலாம். கி.பி. 527 முதல் 563 வரை அங்கே ஆண்டு வந்த ஜஸ்டினியன் சக்கரவர்த்தி காலத்திலே உருவாக்கப் பெற்ற ரோமாபுரிச் சட்டங்களில் மநுவின் விதிகள் பல அடங்கியுள்ளன. திருமணம், தந்தையின் அதிகாரம், சுவீகாரம், ஒப்பந்தம்,

அடைக்கலப்பொருள், கடன்கள், விற்பனை, கூட்டு ஒப்பந்தங்கள் முதலிய விஷயங்களில் மநுவின் விதிகள் பலவும் ஜஸ்டினிய சக்கரவர்த்தியின் சட்டங்களில் அப்படியே தூக்கி வைக்கப்பட்டிருக்கின்றன. அந்த ரோமாபுரிச் சட்டங்களை முன் மாதிரியாகக் கொண்டே தற்காலத்திலும் மேலைநாடுகளில் சட்டங்கள் இயற்றப் பெறுகின்றன. பர்மா மலாய் இந்தோனேஷியா முதலிய கீழ்த்திசை நாடுகளின் சட்டங்களிலும் மநு தர்மசாஸ்திரம் இடம் பெற்றிருக்கின்றது.

இவ்வாறு உலகப் புகழ் பெற்று விளங்கிய மநு தர்ம சாஸ்திரத்தைப் பற்றி ஜெர்மானியத் தத்துவஞானியான நீட்ஷே ''பைபிளை மூடிவிட்டு மநு தர்மசாஸ்திரத்தைத் திறந்து பாருங்கள்'' என்று கூறியுள்ளார்.

அம்பேத்கரும் மேற்கண்ட கருத்தை அங்கீகரித்து எழுதியுள்ளார். ஒரு வேறுபாடு, ஏ.கே. கோபாலன் பதிப்பு இந்தியாவிலிருந்து மநு தர்மசாஸ்திரத்தின் கொள்கைகள் உலகமெங்கும் பரவியதாகச் சொல்கிறது. ஆனால் அம்பேத்கர், உலகமெங்கும் உள்ள கருத்து களை மநு தர்மசாஸ்திரம் கடன் வாங்கியுள்ளதாக எழுதியுள்ளார்.

பார்ப்பனியம் பழம் வேதத்திலிருந்து நால் வர்ண முறையைத் தனதாக்கிக் கொண்டது. தங்கள் ஆரிய மூதாதையர்களின் தனிச் சிறப்பான கண்டுபிடிப்பே இந்த நால் வர்ண முறை என இந்துக்கள் கருதிக்கொண்டிருப்பதில் எந்தத் தனிச்சிறப்பும் இல்லை.

இது சுயமானதும் கூட அல்ல. பழங்கால உலகம் முழுக்கவே இதில் (நால் வர்ண முறையில்) சிக்குண்டு கிடந்தது. எகிப்தியர் களிடையே இது இருந்தது. பழம் பண்டைய பாரசீகர்களிடம் இது இருந்தது.

இது சமூக அமைப்பின் லட்சிய வடிவமாகும் எனக் கூறுமளவுக்கு பிளேட்டோ இதை சிறப்பாகக் கருதினார் (*பார்ப்பனியத்தின் வெற்றி- பக்:119*).

இவற்றை அடிப்படையாகக் கொண்டு பார்த்தோமானால், வர்ண முறை என்பது இந்தியாவில் மட்டுமே இருந்தது என்று சொல்ல முடியாது. ஒன்று இந்தியாவில் தோன்றி, உலகின் பிற இடங்களுக்குச் சென்றிருக்கவேண்டும். அல்லது பிற இடங்களில் ஏற்பட்டு, இந்தியாவுக்கு வந்திருக்கவேண்டும்.

ஏழாவது மநு தர்மசாஸ்திரத்தின் ஆசிரியருடைய பெயர் 'வைவஸ்வத மநு' என்கிற விஸ்வேதேவர். இந்நிலையில், அம்பேத்கர், வேறொரு புதிய பெயரைக் குறிப்பிட்டு, அவர்தான் உண்மையில் மநு தர்மசாஸ்திரத்தை எழுதிய நபராக இருக்க வேண்டும் என்கிறார்.

பண்டைக்கால இந்திய வரலாற்றில் மநு என்ற பெயர் பெரும் மதிப்பு பெற்ற ஒன்று. மநு தர்மத்திற்கு இந்த பழம் மதிப்பைக் கொடுப்பதற்கே இதன் ஆசிரியர் பற்றிய செய்தி இட்டுக்கட்டப் படுகிறது. இது மக்களை ஏமாற்றுவதற்கான ஒரு மோசடியே என்பது கேள்விக்கு இடமற்ற ஒன்று. பண்டைய வழக்கப்படி மநு விதிகள், பிருகு என்ற குடும்பப் பெயரால் குறிக்கப் பட்டிருக்கிறது. பிருகுவால் தொகுக்கப்பட்ட மநு தர்ம விதிகள் என்பதே இதன் உண்மையான தலைப்பு. ஒவ்வொரு விதியின் கடைசியிலும் பிருகுவின் பெயர் குறிப்பிடப்பட்டிருக்கிறது. ஆகவே இது ஆசிரியரின் குடும்பப் பெயரே என நாம் அறிகிறோம். அவரின் சொந்தப் பெயர் இந்த நூலில் வெளிப்படுத்தப்படவில்லை. இது மற்றவர்களுக்குத் தெரியும். கி.பி. 4-ம் நூற்றாண்டில் எழுதப்பட்ட நாரதஸ்மிருதி என்னும் தர்மசாஸ்திரத்தின் ஆசிரியருக்கு மநுஸ்மிருதியின் ஆசிரியர் பெயர் தெரியும். அவரே இந்த இரகசியத்தை வெளியிட்டுள்ளார். நாரதரின் கூற்றுப்படி 'சுமதி பார்க்கவ' என்பதே மநு விதியைத் தொகுத்தவரின் பெயராகும். சுமதி பார்க்கவ என்பது பழங் கதைகளில் வரும் ஒரு பெயர் அல்ல. அவர் ஒரு வரலாற்று ஆளாகத்தான் இருக்கவேண்டும். மநு தர்மத்தின் பெரும் விரிவுரையாளரான மெக்காதே (Medhatithi - மேதாத்திதி என்று இருக்கவேண்டும்) என்பவரின் கருத்துப்படி மநு என்பவர் 'நிச்சயமாக ஒரு தனி ஆள்தான்'. ஆகவே மநுஸ்மிருதியின் உண்மையான ஆசிரியரான சுமதி பார்க்கவ என்பவரையே மநு என்ற பெயர் குறிப்பிடுகிறது.

சுமதி பார்க்கவ எந்த ஆண்டில் இந்த (மநு) விதிகளைத் தொகுத்தார் என்பது தெரியவில்லை. ஆனால் எந்தக் கால கட்டத்தின்போது இது தொகுக்கப்பட்டது என்பது பற்றிக் குறிப்பிட முடியும். கேள்விக்கு இடமற்ற முக்கிய வரலாற்று அறிஞர்களின் கூற்றுப்படி சுமதி பார்க்கவ இவ்விதிகளைத் தொகுத்தார் என்பதும், அவர் கிமு 170-150க்கும் இடைப்பட்ட ஆண்டுகளில் இதை மநுஸ்மிருதி என்ற பெயரில் வெளி உலகிற்கு

அறிமுகப்படுத்தினார் என்பதும் உண்மை ஆகும். (பார்ப்பனியத்தின் வெற்றி- பக்:11-12)

மேற்கண்டவாறு தாம் எழுதுவதற்கு ஒரு முக்கிய ஆதாரமாக ஜெய்ஸ்வாலின் புத்தகமான 'மனுவும் யாக்ஞவல்கியமும்' என்ற நூலை அம்பேத்கர் குறிப்பிடுகிறார்.

ஏழாவது மநு தர்மசாஸ்திரத்தை எழுதிவர் 'சுமதி பார்க்கவ' என்பவரே என்று அம்பேத்கர் துணிவுடன் குறிப்பிடுகிறார். ஆனால் இது சரியாக இருக்க வாய்ப்பில்லை. ஏனெனில் இரு வேறுபட்ட, ஒன்றோடு ஒன்று முரண்பட்ட கொள்கைகள் ஒன்றுடன் ஒன்று கலந்திருப்பதை ஏழாவது மநுவில் காண்கிறோம். எனவே யாரோ எழுதிய நூலில் இடைச்செருகல் செய்தவராகத்தான் சுமதி பார்க்கவ என்பவர் இருக்க முடியும். அதாவது விஸ்வேதேவர் எனப்பட்ட வைவஸ்வத மநு அதன் உண்மையான ஆசிரியராகவும், சுமதி பார்க்கவ என்பவர் அதில் இடைச்செருகல் செய்தவராகவும் இருக்கக்கூடும்.

இடைச்செருகல் ஏற்பட்ட காலகட்டத்தில் ஜாதிகளின் மேலாதிக்கம் இறுக்கமானதாக மாறிப்போயிருந்தது. எனவேதான் கலப்பு ஜாதிகள், தீண்டத்தகாதவர், சண்டாளர் முதலிய சொற்கள் பயன்படுத்தப்பட்டுள்ளன. மநு தர்மசாஸ்திரத்தில் இடைச்செருகல் உண்டு என்பதற்கு மேலும் மூன்று காரணங்கள் உள்ளன.

1. பிறப்பால் பேதங்களை ஏற்படுத்தாமல், எல்லோரும் வேதங் களைக் கற்கவேண்டும் என்னும் கொள்கை மநுவினுடையது. ஆனால் தற்போதைய நூலின் சில பாடல்களில் மநுவின் இக்கொள்கைக்குச் சேதம் ஏற்படுத்தும் தகவல்கள் உள்ளன.

2. தீண்டத்தகாதவர் மற்றும் சண்டாளர் பற்றிப் பேசப்படுகின்ற பத்தாவது அத்தியாயம், நூலின் பிற பகுதிகளுடன் ஒட்டாமல் தனித்து நிற்பதிலிருந்தே அது இடைச்செருகல் என்பது தெளிவாகிறது. ஆயினும் தூய வெள்ளை நிறத் துணிகளைச் சலவை செய்யும்போது, கூடவே அவற்றுடன் சாயம்போகிற ஒரே ஒரு துணி கலந்துபோய்விட்டாலும், அதனுடைய நிறம் அனைத்துத் தூய ஆடைகளிலும் இறங்கிவிடுவதைப்போல, இடைச்செருகல் செய்யப்பட்ட கொள்கைகள் நூல் முழுதும் பரவியிருப்பதுபோன்ற ஒரு தோற்றம் ஏற்பட்டுள்ளது.

3. மநு தர்மசாஸ்திரத்தின் ஆசிரியர் ஒரு கருத்தைத் தான் கூறும்போது, 'என்று நான் கருதுகிறேன்' என்றோ 'மநுவாகிய

நான் கூறுகிறேன்' என்றோ சொல்வதன்மூலம், தன்னை நூலின் முதல் நபராகக் காட்டியிருப்பார். ஆனால் மநுவுக்கு எவ்விதத்திலும் சம்பந்தமில்லாத ஒருவர் எழுதினால் மட்டுமே, தம் கருத்தைக் கூறும்போதும் 'தன் கருத்து' என்று குறிப்பிடாமல், 'மநுவின் கருத்து' என்று எழுதி, மநுவை மூன்றாம் நபராக்கியிருப்பார். அதாவது நூலின் ஆசிரியர் வேறு, மநு வேறு என்பதாகப் புலப்படும் பல பாடல்கள் மநுவில் உள்ளன. அவை: 2:7, 3:36, 3:150, 4:103, 5:41, 6:54, 8:124, 8:139, 8:168, 8:204, 8:279, 8:292, 9:17, 9:182, 9:239, 10:78.

இவ்வாறு, உண்மையான மநு கூறிய தகவல்களுடன் தம்முடைய கொள்கைகளையும் கலந்துவிடுவதன்மூலம், தம்முடைய புதிய கொள்கைகளையும் மநுவின் கொள்கைகளாக மாற்றிக்காட்டும் சாதுரியம் இங்கு செயல்படுத்தப்பட்டுள்ளது. அதாவது ஜாதிகள், ஜாதிக்கலப்பு, சண்டாளர், தீண்டத்தகாதவர் போன்ற தம்முடைய சொந்தக் கருத்துகளைக்கூட மநுவின் கருத்துகளாக்கி, மநுவின் அங்கீகாரம் பெற்றவையாக அவை உருமாற்றம் செய்யப் பட்டுள்ளன.

இவ்வாறு மநுவை மூன்றாம் நபராக்கி எழுதப்பட்டுள்ள பாடல்களுள் உதாரணத்துக்காக ஒன்றை எடுத்து இடைச்செருகல் செய்தவரின் நோக்கம் எவ்வாறு மநுவின்மீது திணிக்கப்பட்டுள்ளது என்பதைக் காண்போம்.

எவருக்கு எந்தெந்தத் தர்மங்கள் மநுவினால் சொல்லப் பட்டுள்ளதோ அவை அனைத்தும் வேதத்தில் சொல்லப் பட்டுள்ளவையே. சர்வஞான சொரூபன் மநு பகவான். அவர் கூறிய அனைத்தும் வேதம் கூறியதே. (2.7)

மேற்கண்ட பாடலில் இரண்டு விஷயங்கள் அழுத்தம் பெறுகின்றன.

1. மநுவை மூன்றாம் நபராக்கி எழுதப்பட்டுள்ளது.
2. மநு தர்மசாஸ்திரமானது, வேதங்களை ஒவ்வொருவரும் படிப்பதற்குத் தகுந்த சூழ்நிலையை உருவாக்க முயல்கிறது. பிராமணர், சத்திரியர், வைசியர், சூத்திரர் ஆகியோருடைய பொறுப்புகள் மற்றும் குணநலன்கள் பற்றிய தகவல்கள் வேதங்களில் உள்ளன. ஆனால் மேற்கண்ட நான்கு வகுப்பினர் களையும் நான்கு ஜாதிகளாகப் பேசுவது வேதங்களின் இயல்பு கிடையாது. மேலும் தீண்டத்தகாதவர் என்பதோ, சண்டாளர்

என்பதோ வேதங்களின் பார்வையில் இல்லை. ஆனால் மேற்கண்ட பாடல்மூலம், ஆட்சேபத்துக்குரிய கருத்துகளுக்கும் கூட, வேதங்களுக்குரிய அந்தஸ்தை வழங்குவதற்கான முயற்சிகள் மேற்கொள்ளப்பட்டுள்ளன. அதற்கு மநுவின் பெயரும் லாகவமாகப் பயன்படுத்தப்பட்டுள்ளது.

இவ்வாறு சுமதி பார்க்கவ என்பவர் மநுவின் கொள்கைகள் பலவற்றை ஏற்றுக்கொண்டும், அதே சமயம் தம் சொந்தக் கருத்துகள் பலவற்றைப் பல பாடல்கள் மூலம் மநு தர்மசாஸ்திரத்துக்குள் சேர்த்துக்கொண்டும், ஆனால் அவற்றைத் தம்முடைய கருத்து என்று கூறாமல் மநுவின் பெயரால் எழுதியும் உருவான மநு தர்மசாஸ்திரமே இன்று நமக்குக் கிடைத்துள்ள ஒன்று என்று நாம் கருதலாம்.

மேலும் ஒன்றை நாம் அறிந்து கொள்ளவேண்டியது அவசியமாகும். ஏ.கே. கோபாலன் பதிப்பில் உள்ளதைவிட ஸ்ரீ இந்து பதிப்பில் 11 பாடல்கள் குறைவாக உள்ளன. அவை தீண்டத்தகாதவர் பற்றியும் ஏனைய சில கலப்பு ஜாதிகள் பற்றியும் பேசுகின்ற பாடல்கள் *(10:30-40)*.

இவற்றின் அடிப்படையில் நாம் பார்க்கும்போது தீண்டாமை குறித்த பல விஷயங்களும் கலப்பு ஜாதிகள் குறித்த விஷயங்களும் மநுவில் இடைச்செருகல்களாக வந்திருப்பதை உணர முடிகிறது.

8

மநுவையும் பிராமணர்களையும் டாக்டர் அம்பேத்கர் தவறாகப் புரிந்துகொள்ளக் காரணங்கள் என்ன?

(டாக்டர் அம்பேத்கர் அவர்கள் எழுதிய நூற்களின் வரிசையில் மூன்றாவது தொகுதியில் 11-வது அத்தியாயமாக "The Triumph of Bramanism; Regicide or the birth of Counter - Revolution" என்னும் தலைப்பில் பக்கங்கள் 266 முதல் 331 வரை 64 பக்கங்களில் ஒரு நூல் பதிவாகியுள்ளது. திரு. வெ.கோவிந்தசாமி என்பவர் 'பார்ப்பனியத்தின் வெற்றி (அரசக்கொலை அல்லது எதிர் புரட்சியின் தோற்றம்)' என்னும் பெயரில் தமிழில் அதனை மொழிபெயர்த்துள்ளார். திருப்பூர் சமூக நீதி பதிப்பகம் 1992-ல் முதல் பதிப்பாக இந்நூலை தமிழில் வெளியிட்டுள்ளது.)

தம்முடைய நூலில் டாக்டர்.அம்பேத்கர், பிராமணர்களை ஜாதி என்கிற அந்தஸ்தில் மிகவும் உயர்ந்த நிலையில் வைத்திட மநு என்பவர் தம்முடைய மநு தர்மசாஸ்திரம் என்னும் நூலின் மூலம் பெரும் முயற்சிகள் எடுத்துள்ளதாகக் குற்றம் சாட்டியுள்ளார். மநுவின் முயற்சியால் ஒன்பது வகையான சமூகச் சீர்கேடுகள் இந்திய சமூகத்தில் விளைந்தன என்றும் அவற்றை மநுவின் உதவியோடு பிராமணர்கள் என்கிற பார்ப்பனர்கள் செய்து கொண்டனர் என்றும் அம்பேத்கர் எழுதுகிறார்.

1. புத்த மதத்துக்கு எதிரான பார்ப்பனிய கலகம் (The Brahmanic Revolt against Budhism).
2. மநு - பார்ப்பனியத்தின் தூதன் (Manu the apostle of Brahmanism).

3. பார்ப்பனியமும் - ஆளுவதற்கான அரசக்கொலை செய்வதற்கான பார்ப்பனியத்தின் உரிமையும் (Brahmanisam and the Brahmin's Right to rule and regicide)
4. பார்ப்பனியமும் பார்ப்பனர்களின் சிறப்புரிமையும் (Brahmanism and the privileges of Brahmins)
5. பார்ப்பனியமும் சாதிகள் உருவானதும் (Brahmanism and the creation of Caste).
6. பார்ப்பனியமும் பார்ப்பனர்கள் அல்லாதவர்களின் வீழ்ச்சியும் (Brahmanism and the degradation of the Non-Brahmins).
7. பார்ப்பனியமும் சூத்திரர்கள் மீதான அடக்குமுறையும் (Brahmanism and the suppression of the Sudhra)
8. பார்ப்பனியமும் பெண் ஒடுக்குமுறையும் (Brahmaniam and the subjection of women).
9. பார்ப்பனியமும் சமூக அமைப்பு சட்டமயமாதலும் (Brahmanism and the legalization of the social system).

மேற்கண்ட சீர்கேடுகள் அனைத்தும் பிராமணர்கள் மனுவோடு கூட்டு சேர்ந்து செய்து கொண்டவை என்று அம்பேத்கர் குறிப்பிடுகிறார். பிராமணர்களைக் குறிப்பிடும்போது அவர்களை ஒரு வர்ணமாக அவர் எழுதுவதற்குப் பதிலாக ஒரு ஜாதியாக அதுவும் ஒரு ஆதிக்க வெறி பிடித்த ஜாதியாகவே சித்திரிக்கிறார். கி.மு. 185-ல் ஆட்சி செய்த சுங்க வம்சத்தைச் சார்ந்த அரசன் ஒரு பிராமணன் என்றும்; எனவே அவர் பிராமண சமூகத்தினரின் நலனுக்காகவே புதிய மநு தர்ம சாஸ்திரமான ஏழாவது மநு தர்ம சாஸ்திரத்தை எழுதத் தூண்டினார் என்றும் அம்பேத்கர் எழுதியிருக்கிறார்.

வர்ணம் சார்ந்த சமூக அமைப்பானது படிப்படியாக மாற்றம் அடைந்து ஜாதியாக மாறிய வரலாற்றை அம்பேத்கர் குறிப்பிடுவது பற்றி நாம் ஏற்கனவே பார்த்திருக்கிறோம். மூன்றாவது கட்டமாகிய ஜாதியாக வர்ணம் உருப்பெற்றது கி.மு. 170 - 150-க்கு பின்னர் என அவரே குறிப்பிடுகிறார். புஷ்யமித்திரனின் தூண்டுதலின் பேரில் ஏழாவது மநு தர்மசாஸ்திரம் எழுதப்பட்டது எனில் அவர் அரசன் ஆனது அதற்கும் முன்னர். அதாவது ஆறாவது மநு தர்மசாஸ்திரத்தின் காலத்தில். அக்காலத்தில் கற்ற கல்வியும் செய்யும் தொழிலும்தான் ஒருவரது வர்ண அந்தஸ்தை நிறுவின.

பிராமணர் என்பவர் ஒரு ஜாதியாக அறியப்படாத காலத்தில் புஷ்யமித்ரர் அரசனாகப் பொறுப்பெற்றிருந்தார். அக்கால

கட்டமானது ஒருவரை அவருடைய பிறப்பால் அமைவதான ஜாதியால் அடையாளம் காணும் காலமல்ல. பிராமணர் என்பவர் ஒரு ஜாதியாகவே அப்போது இல்லாததால் ஒரு நாட்டை ஆட்சி செய்பவர் எவராக இருந்தாலும் அவர் சத்திரியரே. இந்நிலையில் புஷ்யமித்திரர் ஒரு பிராமணர் என அம்பேத்கர் நூலில் காணப்படும் தகவலானது அவருடைய கொள்கைக்கே எதிராக இருக்கிறது. அதாவது புதிய மநு தர்மசாஸ்திரம் என்னும் ஏழாவது நூல் எழுதப்பட்ட காலம் கி.மு. 170 - 150 என்பது தவறாக அமைந்து விடுகிறது.

இத்தவறை சரிசெய்ய வரலாற்றில் இரண்டு மாற்றங்களுள் ஏதேனும் ஒன்றைச் செய்யலாம். ஒன்று : மநு தர்மசாஸ்திரம் எழுதப்பட்ட காலத்தை புஷ்யமித்திரன் பதவியேற்ற காலமான கி.மு. 185-க்கு முன்னர் கொண்டு செல்ல வேண்டும்; அல்லது அவன் பதவியேற்ற காலத்தை கி.மு. 150-க்கும் பின்னுக்குத் தள்ளவேண்டும். ஆனால் இப்போதுள்ள காலக் கணக்கீட்டின்படி புஷ்யமித்திரன் ஒரு நாட்டை ஆட்சி செய்த காரணத்தால் அவன் ஒரு சத்திரியனே. எனவே அம்பேத்கர் எழுதியது தவறு என அமைகிறது. இது அவர் ஓர் உள்நோக்கத்துடன் தம்முடைய நூலை எழுதியதாக கருதச் செய்கிறது.

அம்பேத்கர் அவர்கள் வர்ணத்தை ஜாதியாக மாற்றுவதற்குரிய முயற்சிகள் அனைத்தையும் செய்தவர்கள் பிராமணர்கள் எனக் கருதுகிறார். 'இந்த மாற்றத்தைச் செய்வதற்கு பிராமணர்கள் எடுத்த நடவடிக்கைகளுக்கு வெளிப்படையான சான்று நமக்கு ஏதும் இல்லை; ஆனால், வர்ணத்துக்கும் ஜாதிக்கும் இடையேயான உறவுபற்றி ஏராளமான குழப்பமான கருத்துக்கள் மட்டுமே நமக்கு கிடைத்துள்ளன' என்றும் அவர் எழுதுகிறார் (The transformation of Varna into Caste is the most stupendous and selfish task in which Brahmanism after its triumph became Primarily engaged. We have no explicit record of the steps that Brahmanism took to bring about this change. On the contrary we have a lot of confused thinking on the relation between Varna and Caste - பக்கம் 285).

ஆகவே இந்தக் குழப்பம் தீருவதற்காகவும் இதுபற்றி தெளிவு பெறவும் முக்கியமான முயற்சிகள் செய்யவேண்டும் என்றும் விரும்புகிறார் அம்பேத்கர். எனவே அவருடைய விருப்பத்தை நிறைவேற்றும் நோக்கத்தில்தான் இந்நூலை நான் நிறைவு செய்கிறேன். அதாவது டாக்டர் அம்பேத்கர் அவர்களின் விருப்பம் இப்போது நிறைவு செய்யப்படுகிறது.

அம்பேத்கர் அவர்கள் தன்னுடைய நூலுக்கு வைத்துள்ள பெயர் மிகவும் பொருள் பொதிந்ததாகும். 'சத்திரியனாகிய அரசர்களை கொலை செய்யவும் அவர்களுக்கு எதிராக ஆயுதம் ஏந்தி புரட்சி செய்யவும் ஏதுவாக பிராமணர்கள் மநுவின் மூலமாக சட்டங்களை மாற்றி அமைத்துக் கொண்டனர்' என்பதுவே தம் நூலுக்கு அவர் வைத்துள்ள பெயர் வெளிப்படுத்தும் தகவலாகும். அப்பெயரை தம் நூலுக்கு வைப்பதற்கு காரணமாக மநுவின் பாடல்களுள் இரண்டினை குறிப்பாக அவர் சுட்டிக்காட்டியுள்ளார்.

i) *8 : 348 :* 'தரும நெறிப்படி அவரவர்களுக்கு தரப்பட்ட நியாயமான தொழிலுக்கு வன்முறையில் ஆபத்து நேரிடும்போதும் சில தீவினைகளால் தங்கள் 'ஜாதியினருக்கு' (மூலத்தில் ஜாதி என்று இல்லை; வர்ணம் என்றுள்ளது) துன்பம் நேரிடும்போதும் இரு பிறப்பாளர்கள் (துவிஜர்கள்) ஆயுதம் ஏந்தலாம்' என்பது முதல் பாடல். இதன்படி சத்திரியர்கள் மட்டுமின்றி பிராமணர்கள் மற்றும் வைசியர்கள்கூட ஆயுதம் ஏந்தலாம் என்பதுவே சட்டமாக இருந்துள்ளது. பிராமணர்கள் ஆயுதம் ஏந்துவதற்கு வழங்கப்பட்ட இவ்வுரிமையை நாட்டின் அரசர்களை கொலை செய்வதற்கும் அரசாங்கத்ததுக்கு எதிராக ஆயுதம் ஏந்தி புரட்சி செய்யவும் வழங்கப்பட்ட அனுமதி என அம்பேத்கர் கருதுகிறார் (இதன் உண்மையான விளக்கத்தைப் பின்னர் காணலாம்).

ii) *9 : 320 :* பார்ப்பனர்களுக்கு எதிராக எந்த நேரத்திலும் ஆயுதம் தூக்கும் ஒரு சத்திரியனை (படை வீரன் அல்லது அரசன்) பார்ப்பனன் (பிராமணன்) தானே தண்டிக்கலாம். காரணம் அவன் பார்ப்பனியனிடமிருந்து தோன்றியவன்.

டாக்டர் அம்பேத்கர் மேற்கண்ட பாடலை கீழ்க்கண்டவாறு ஆங்கிலத்தில் தருகிறார். Of a Kshatriya (Military man or king), who raise his arm violently on all occasions against the Brahmins, Brahmin himself shall be the chastiser; since the soldier originally proceeded from the Brahmins.

மேற்கண்ட இரு பாடல்கள்தான் அம்பேத்கருக்கு அச்சமூட்டிய பாடல்களாகும். ஆனால் மநு தர்மசாஸ்திரத்தின் கண்ணோட்டத்தில் மேற்கண்ட இரு பாடல்களும் அச்சமூட்டும் வகையில் இல்லை. அவற்றை ஒவ்வொன்றாகக் காண்போம். முதலில் *8 : 348*-ஐப் பார்ப்போம். இப்பாடலில் பொருளைத் தனியாகப் பார்க்கக்கூடாது. தொடர்ந்து மூன்று பாடல்களை அதாவது *8 : 348 - 8 : 350* வரையுள்ள பாடல்களைச் சேர்த்துப்படித்துப் பொருள்கொள்ள வேண்டியது அவசியம்.

வர்ணம் சமூக அமைப்பாக இருந்த காலகட்டத்தில் பிராமணர்கள் வேதங்களைக் கற்பிக்கவும் தகுதியின் அடிப்படையில் ஒவ்வொருவரின் வர்ணத்தை நிலைநிறுத்தும்படியான குருகுலத்தைப் பேணிப் பாதுகாக்கவும் அரசர்களின் ஆதரவு இருந்தது. ஆனால் "அசோகரின் ஆட்சியில் பிராமணர்கள் அரசின் முழு ஆதரவையும் இழந்தார்கள் (The Brahmins lost all state patronage and were neglected to a secondary and subsidiary position in the Empire of Ashoka); பிராமணர்கள் அடக்கப்பட்ட மற்றும் ஒடுக்கப்பட்ட மக்களாக வாழ்ந்தார்கள் (The Brahmins therefore lived as the suppressed and depressed classes for nearly 140 years during which the Maurya Empire lasted - page. 268) என்று அம்பேத்கர் எழுதுகிறார்.

எனவே மௌரியர் காலத்தில் வேதம் சார்ந்த வாழ்க்கை முறை பழிப்புக்கு உள்ளானது. நால்வர்ணமுறை உருக்குலைந்தது என அம்பேத்கரே குறிப்பிடுகிறார் (Pushyamitra's Brahmanic Revolution was undertaken for the purposes of restoring the ancient social system of Chatur varna which under the Bhuddhist regime were put into the melting pot). எனவே வேதம் சார்ந்த சமூக அமைப்பினராகிய நால்வர்ணத்தாருக்கும் பாதுகாப்பு இல்லாத ஒரு சூழ்நிலை நிலவிய காலம் அது. இதன் பின்னணியில் மநு தர்மசாஸ்திரத்தின் ஸ்ரீ இந்து பதிப்பகத்தாரின் 8 : 348 - 350 வரையுள்ள பாடல்களின் பொருளைப் புரிந்துகொள்ளவேண்டும்.

'பிராமணன், சத்திரியன், வைசியன், சூத்திரன் என்னும் நான்கு வர்ணத்தாரும் பிரம்மச்சாரி, கிருகஸ்தன், வானப்ரஸ்தன், சந்நியாசி என்னும் நான்கு ஆசிரமத்தாரும் தத்தம் சுயதர்மங்களை, அவரவர் கடமைகளைச் செய்ய இயலாது போகும்போதும்; ராஜ்யத்தில் அராஜகம், அநியாயம் தலைவிரித்தாடும்போதும்; எதிரி நாட்டு மன்னர்கள் படையெடுத்து வந்த காலத்தில் பெண்களைக் காப்பாற்றுவதற்காகவும் தன்னைத்தானே காப்பாற்றிக் கொள்வதற்காகவும் அனைவரும் ஆயுதம் ஏந்தி எதிரிகளை அழிக்கலாம். குரு, சிறுவன், வயோதிகன், வேதமோதிய பிராமணன் இவர்களைக் கொல்ல வருகின்ற ஆததாயியைச் (ஆறு தீய குணங்கள் கொண்ட பாவியைச்) சற்றும் யோசிக்காமல் கொல்லவேண்டும்'.

இவையே அந்த பாடல்கள். (ஏ.கே. கோபாலன் மொழிபெயர்ப்பில் 348 மற்றும் 349 என இரு பாடல்களாக உள்ளன. ஆங்கிலத்திலும் அவ்வாறே).

எனவே பிராமணர்கள் உட்பட அனைவரும் ஆயுதம் ஏந்திப் போராடலாம் என்பது ஆட்சியிலிருக்கிற அரசனுக்கு எதிராக புரட்சியும் கலகமும் செய்து பிராமணர்களை அரியணையில் ஏற்றி வைப்பதற்காக என்று மநு பேசவில்லை என்பதைக் கவனத்தில் கொள்ளவேண்டும்.

அடுத்து *9 : 320*-ஆவது பாடலை ஸ்ரீ இந்து பதிப்பகத்தின்படி காண்போம்.

'பிராமணர்களுக்கு எந்த வகையிலாவது துன்பம் இழைத்தால் அவர்கள் சாபம் கொடுத்தோ ஹோமத்தாலோ தண்டனை அளித்து விடுவர். சத்திரியன் பிராமணனால் பிறந்தவன்' என்று தமிழ் மொழிபெயர்ப்புள்ளது. இந்தப் பாடலில் கவனிக்கப்பட வேண்டியது யாதெனில், பிராமணர்களை அவர்கள் ஆயுதம் ஏந்தி தண்டிப்பவர்களாக மநு கூறவில்லை; மாறாக சாபம் மற்றும் ஹோமம் ஆகியவற்றின் மூலமாக தண்டிப்பவர்களாகவே கூறுகிறார் *(11:31-34)*. ஆங்கிலத்தில் இத்தண்டனை முறை கூறப்பட வில்லை. இது அவர்களுக்கு தெரியாத ஒரு தண்டனை முறையாகும். அம்பேத்கர் அவர்கள் ஆங்கில மூலத்தையே சார்ந்து இருந்திருக்கவேண்டும்.

இந்தப் பாடலில் பிராமணர்கள் அரசனுக்கு எதிராக பயன்படுத்திய ஆயுதமானது வழக்கமாக நாம் கொள்ளும் பொருளின்படியான ஆயுதம் இல்லை என்பதை அறியலாம். எனவே டாக்டர் அம்பேத்கரை அச்சமூட்டிய பாடல்கள் எதுவும் உண்மையிலேயே அச்சமூட்டும் வகையில் இல்லை என்பதை அறியலாம்.

இன்னொரு விஷயம் நாம் மிகவும் கவனத்தில் கொள்ள வேண்டியதாகும். வர்ணம் 'ஜாதியாக' மாற்றப்பட்ட வரலாறு மநு தர்மசாஸ்திரத்தில் எழுதப்படவில்லை என்றும், ஏனெனில் ரகசியமாக, கள்ளத்தனமாகச் செய்யப்பட்ட மாற்றம் என்றும், வர்ணமானது ஜாதியாக மாறியது தொடர்பான காலக்கிரமமான வரலாறை நம்மால் தெளிவாக முன்வைக்கமுடியவில்லை என்றும் அம்பேத்கர் கருதுகிறார் (As I said Manu's ways are silent and subterranean and we cannot give the detailed and chronological history of this conversion of Varna into Caste *பக்கம். 285)*.

மநு தர்மசாஸ்திரம் ஒரு வரலாற்று நூல் அல்ல; அது ஒரு சட்ட நூல். அதாவது, தர்மம் சார்ந்த நடைமுறைகளுக்கான ஒரு சட்ட நூல்.

எனவே எழுதப்பட்ட காலகட்டத்துக்கான சட்டத் தேவைகளை நிறைவு செய்யும் வகையில் மட்டுமே அது எழுதப்பட்டுள்ளது. அவ்விதமான சட்டங்கள் எழுதுவதற்கு உண்டான தேவை எழுந்த விதம் பற்றிய வரலாறு அந்நூலில் எழுதப்படவில்லை.

ஆகவே, அம்பேத்கரை நூல் எழுதத் தூண்டியதாக அவர் குறிப்பிடும் பாடல்கள் பிராமணர்களது உயிருக்கு வெளியிலிருந்து வரும் ஆபத்திலிருந்து அவர்களைப் பாதுகாத்துக் கொள்ளும் முயற்சிக்காக எழுதப்பட்டவையே. நாட்டை ஆள்பவர்களால் தம் உயிருக்கு பாதுகாப்பு இல்லை என்றவொரு நிலையில் தன்னைத் தானேகூட பாதுகாத்துக் கொள்ளாவிட்டால் பிராமணர் சமூகமே அழிந்து போயிருக்கும். சமூகத்தின் ஒரு பிரிவினருக்குத் தம்மைத் தாமே காப்பாற்றிக் கொள்ளும் உரிமை இருக்கக்கூடாதென்று அம்பேத்கர் சொல்லியிருக்கமாட்டார் அல்லவா ?

மேலும் *12 : 100*-வது பாடலை மேற்கோளாக்கி 'சாம்ராஜ்ஜியத்தின் படைத்தலைமை அரச நிர்வாகத் தலைமை, அனைவரின் மீதான ஆட்சி உரிமை ஆகிய அனைத்துக்கும் உரிமை உடையவன் பார்ப்பனனே (பிராமணன்)' என்று மநு எழுதியுள்ளதாக அம்பேத்கரின் நூலில் கூறப்பட்டுள்ளது. அம்பேத்கரின் ஆங்கில மூலத்தைக் காண்போம்: The post of the commander-in-chief of the Kingdom, the very Headship of Government, the complete empire over every one are deserved by the Brahmins என்பது அதன் வாசகம் (பக்கம். *276*). ஆனால் மநு தர்மசாஸ்திரத்தில் ஆட்சி, படையின் தலைமை முதலான சத்ரிய தர்மங்கள் அனைத்துக்கும் பிராமணர்களே சொந்தக்காரர் என்ற பொருளில் இல்லை. ''தானைத் தலைமை, மன்னர், அரசாட்சி, நீதிமன்றத் தலைமை, உலக அரசாட்சி இவை அனைத்துக்கும் உரியவன் வேதமறிந்த நன்மகனே ஆவான்'' என்று ஏ.கே கோபாலன் பேசுகிறார். ஸ்ரீ இந்துவும் இதைத்தான் சொல்கிறது; ஆனால் இப்பாடல் 12 : 99 என பதிவாகியுள்ளது.

இது பற்றி ப்யூலர் என்ன கூறுகிறார் என்பதைக் காண்போம்: Command of armies, royal authority, the office of a judge, and sovereignty over the whole world he only deserves who knows the Veda - Science என்றுள்ளது. எனவேஇப்பாடல் பிராமணர்களுக்குத்தான் ஆட்சி மற்றும் படைத்தலைமைக்குரிய தகுதி இருக்கிறது என்று கூறவேயில்லை. ஏனெனில் பார்ப்பன வர்ணத்தினர் மட்டுமே வேதம் கற்றவர்களாக அக்காலத்தில் இல்லை.

வர்ணம் சமூக அமைப்பாக இருந்த காலத்தில் 'இருபிறப்பாளர்' என அழைக்கப்பட்ட 'துவிஜர்கள்' யாவரும் வேத சாஸ்திரம் கற்றவர்களாக இருந்திருப்பர். ஆனால் ஏழாவது மநுவின் காலத்தில் புத்தமதம் மிகுந்த செல்வாக்கில் இருந்தது. புத்த மதத்தவர் வேதம் சார்ந்த அறிவில்லாதவர்களாக இருந்திருப்பர். அத்தகையவர் ஆட்சி செலுத்தக்கூடாது என்பதுவே இப்பாடலின் பொருள். ஆனால், ஆட்சி செய்பவர்கள் வேதம் கற்ற சத்ரியர்களாக இருக்கவேண்டும். அதாவது புத்த மதத்தினருக்கு எதிரானது இப்பாடல். அம்பேத்கர் கருதுவது போல ஆட்சியுரிமையை பிராமணர்கள் கைப்பற்றிக் கொண்டனர் என்பதுவல்ல அதிலுள்ள செய்தி.

அம்பேத்கர் தன்னுடைய நூலில் வர்ணம் ஜாதியாக மாறியதற்கான மூன்று வரலாற்று காலகட்டங்களைக் குறிப்பிடுகிறார் (ஆங்கில நூல் பக் 286 - 288; தமிழில் பக் 44-48). இரண்டாம் காலகட்டத்தில் குருகுலக் கல்வி மூலம் நிர்ணயிக்கப்பட்ட வர்ணம் மூன்றாவது நிலைக்கு மாறியபோது ஜாதியாக உருமாற்றம் பெற்றதாக அவர் குறிப்பிட்டிருக்கிறார். இதற்கு உரிய ஆதாரங்கள் தெளிவில்லை என்பதையும் அறிவிக்கிறார். ஆயினும் ஜாதி அமைப்பைத் தோற்றுவிப்பதற்கு மநு இரண்டு விதிகளை ஏற்படுத்தினார் என்று அம்பேத்கர் தெரிவிக்கிறார் (பக் 293). ஒன்று : கலப்பு மணத்தடை இரண்டு : கலந்துண்ணல் மீதான தடை (These two laws have produced the caste system. Prohibition of intermarriage and prohibition against interdining are two pillars on which it rest).

கலப்புத் திருமணம் பற்றி மநுவில் என்ன சொல்லப்பட்டிருக்கிறது என்று பார்ப்போம்.

1. கலப்பு மணத்தடை :

மநுவின் 3-ம் அதிகாரத்தில் 12 முதல் 19 வரை உள்ள பாடல்களில் கலப்புத் திருமணம் பற்றிப் பேசப்பட்டுள்ளது. ஒவ்வொரு வர்ணத்தவரும் அவரவர் சொந்த வர்ணத்திலிருந்துதான் திருமணம் செய்யவேண்டும். அல்லது தன்னுடைய வர்ணத்துக்குக் கீழ் வர்ணங்களிலிருந்து திருணமணம் செய்யலாம். அப்படிச் செய்கிறபோது ஒரு சூத்திரன் சூத்திரப் பெண்ணை மட்டும்தான் திருமணம் செய்ய முடியும். ஆனால் வைசியன் வைசியப் பெண் அல்லது சூத்திரப் பெண்ணை மணக்கலாம் என்றும்; ஒரு சத்திரியன் ஒரு சத்திரியப் பெண் அல்லது வைசியப் பெண் அல்லது சூத்திரப் பெண்ணைத் திருமணம் செய்யலாம் என்றும் மநு கூறுகிறார். ஒரு

பிராமணன் நான்கு வர்ணத்திலிருந்தும் திருமணம் செய்து கொள்ளலாம்.

இந்த விதிகள் ஒருவர் செய்துகொள்ளும் முதல் திருமணத்துக்கு உரியதாகும். ஆனால் மோகத்தினால் சூத்திரப்பெண்ணை மணக்கக் கூடாது. அப்படிச் செய்தால் பிறக்கும் சந்ததியினரும் சூத்திரர்களே ஆவர். அதாவது வெறும் காமத்துக்காக இத்தகைய திருமணம் செய்யக்கூடாது என்பதுவே சட்டம்; ஆனால் முறைப்படித் திருமணம் செய்துகொள்ளலாம். இத்தகைய சட்டங்களே கலப்புத் திருமண தடை சட்டம் என அம்பேத்கர் அறிவிக்கிறார். ஆனால் மநு கலப்புத் திருமணத்துக்குத் தடை விதிக்கவில்லை என இதிலிருந்து அறியப்படுகிறது.

'நற்குண பெண்மணியைத் தாழ்ந்த குலத்திலிருந்தும் கொள்ளலாம்' எனவும் மநு சட்டம் இயற்றியுள்ளார் *(2 : 238)*. மேலும், தாழ்ந்த குலத்திலிருந்து பெண் எடுத்து உயர்ந்த நிலையை அடைந்தவர் களுடைய ஒரு பட்டியலையும் மநு தருகிறார் *(9 : 23 - 24)*.

2. கலந்துண்ணல் மீதான தடை :

இந்த தடைக்கு ஏதுவாக மநுவின் *4:218* முதல் *4:222* வரையுள்ள பாடல்களை அம்பேத்கர் சுட்டிக்காட்டுகிறார். பல குழுவினரும் கூட்டாக அமர்ந்து உண்வதற்குத் தடை என்ற பொருளில் இச்சொல் பயன்படுத்தப்பட்டுள்ளதுபோல அம்பேத்கர் குறிப்பிடுகிறார். ஆனால் சில குறிப்பிட்ட நபர்கள் தரும் உணவைப் பெற்று உண்ணக் கூடாது என்னும் பொருளிலேயே மேற்கண்ட பாடல்கள் அமைந்துள்ளன.

ஒரு அரசன் தரும் உணவுகூட உண்ணத்தக்கது அல்ல என்று மநு அறிவிக்கிறார். அரசன் இட்ட உணவை உண்பவருடைய தேஜஸ் அழிந்துவிடும் என்று எச்சரிக்கிறார். இச்சட்டங்கள் புத்த மதத்தின் எழுச்சிக் காலத்தில் உருவாக்கப்பட்டவை என்பதை நினைவில் கொள்ளவேண்டும். வேதம் கற்காதவர்களான புத்த மதத்து அரசன் இட்ட உணவு என்பது பொருள். கலந்துண்ணுதலினால் பிராமணர்களுக்கு ஏற்படக்கூடிய இடையூறுகளை நாம் கவனிக்க வேண்டும்.

1. பிராமணர்களின் உணவுப் பழக்கம் மற்றவர்களுடையதிலிருந்து முற்றிலும் மாறுபட்டது. எனவே அரசன் இட்ட உணவினால் பிராமணர்களின் தேஜஸ் அழிந்துவிடும் என மநு கருதினார்.

2. முன்பே சொன்னதுபோல் மநு தர்ம சாஸ்திரம் புத்த மதம் ஆட்சி அதிகாரத்தில் இருந்த காலத்தில் எழுதப்பட்டது. வேத விரோதியாக விளங்கிய அரசன் மற்றும் அவருடைய ஆதரவாளர்கள், பிராமணர்களுக்குத் தரும் உணவில் அவர்களுடைய உயிருக்கு ஆபத்தை ஏற்படுத்தக்கூடிய பொருட்கள் கலக்கப்பட்டிருக்கும் என்று மநு கருதியிருக்கலாம்.

ஆகவே மநு ஸ்மிருதியில் கலப்பு மணத்தடை இல்லையென்பதையும் கலந்துண்ணல் மீதான தடையை ஏற்படுத்த வேண்டியதற்கான அவசியத்தையும் நாம் அறிகிறோம். அம்பேத்கர் கருதுவது போல வர்ணம் ஜாதியாக மாறுவதற்குரிய சட்டங்களாக அவை அமையவில்லை. இச்செய்திகள் உண்மை எனில் வர்ணம் ஜாதியாக மாறிய சூழ்நிலை என்ன? இக்கேள்விக்கு விடை காணுதல் மிக எளிது.

நாம் ஏற்கனவே முந்தைய அத்தியாயங்களில் பார்த்ததுபோல வர்ணம் சமூக அமைப்பாக இருந்தபோது, அதாவது முதலிரண்டு சமூக நிலைகளின்போதும் பல ஜாதியிலிருந்தும் ஒரு குறிப்பிட்ட வர்ணத்துக்கு ஆட்கள் தேர்வாகி இருப்பர். வர்ணம் என்பது பதவி. மநுவைப் பொறுத்தவரையில் வர்ணத்துக்கு மட்டும்தான் மதிப்பளித்தார். அவர்கள் எந்த ஜாதியிலிருந்து வந்தவர்கள் என்பது அவருக்கு பொருட்டல்ல.

இன்றும்கூட ஐ.ஏ.எஸ். அதிகாரிகள், ஐ.பி.எஸ். அதிகாரிகள், டாக்டர்கள், இன் ஜினியர்கள் என பல்வேறு பதவிகளுக்கும் உரிய நபர்கள் பல்வேறு ஜாதிகளிலிருந்தும் தேர்வாகி வருகிறார்கள். மூன்றாம் நிலையில் சமூகம் குருகுல கல்வி முறையை இழந்தபோது பிராமண குருவின் மூலம் அமைக்கப்பட்டு வந்த நால்வர்ண முறை சீர்குலைந்துவிட்டது என்பதை அம்பேத்கரே குறிப்பிடுகிறார். இன்று சமுதாயத்தில் நாம் அறிகிற பல்வேறு ஜாதிகளும் அக்காலத்தில் இருந்தாலும் 'பிராமணர்' என்பவர்கள் ஒரு ஜாதியாக அக்காலத்தில் அறியப்படவில்லை.

நால் வர்ண சமூக அமைப்பானது புத்த மதத்தின் எழுச்சியால் சீர் குலைந்தபோது வேதங்கள் அழிந்துவிடும் என்று சமூகச் சான்றோர்கள் அஞ்சினர். எனவே ஆபத்தானது என அறியப்பட்ட புத்த மதம் விரைவில் அழிந்துவிடும் என சமூகம் எதிர்பார்த்தது *(மநு. 12 : 96. ஸ்ரீ இந்துவில் 12 : 95 என உள்ளது).* எனவே புத்த மதம் அழிந்து போகிற காலம் வரையிலும் வேதங்கள் பாதுகாக்கப்பட வேண்டும் என்பதற்காகவே, பிராமணர்களாகப் பணியாற்ற

முன்வருகிறவர்களுக்காக சில சலுகைகள் மநுவில் அறிவிக்கப் பட்டன. ஆனால் அந்த ஆபத்துக்காலம் 2000 ஆண்டுகளுக்கு மேலாக நீண்டுபோய்விட்ட நிலையில் 'பிராமணர்' என்பவர்கள் ஒரு ஜாதியாகிப் போயினர்.

ஆபத்துக்காலகட்டத்தில் வேறு வர்ணங்களைப் பாதுகாக்கும் முயற்சியில் மநு ஈடுபடவில்லை; ஏனெனில் அப்போது அது தேவையாக இருக்கவில்லை. ஆகவே ஏனைய ஜாதிகள் தங்கள் வர்ணத்துக்கு முக்கியத்துவம் அளிக்காமல் தங்கள் ஜாதிகளுக்கு மட்டுமே உரிய அந்தஸ்தை வழங்கத் தொடங்கின. எனவே புதிதாகத் தோன்றிய பிராமணர்கள் உட்பட பல்வேறு புதிய ஜாதி அமைப்புகள் வெளிப்பட்டன. இன்றுகூட பல்வேறு ஜாதியினரும் தாங்கள் சத்திரியர்கள் என்றும் வைசியர்கள் என்றும் கூறிக்கொள்ளுவதைப் பார்க்கிறோம். இதுவே வர்ணம் ஜாதியாக மாறிய கதை. இவ்வாறு மாறிய விவகாரத்தில் பிராமணர்களுக்கோ மநுவுக்கோ எந்த உள் நோக்கமும் இல்லை; இந்த மாற்றம் இயல்பாகவே நடந்த ஒன்று.

பிராமணர்களுக்கு மநு ஓர் உத்தரவிட்டதாக அம்பேத்கர் அறிவிக்கிறார். அதாவது ''சூத்திரர்கள் அரசாளும் நாட்டில் பிராமணர்கள் குடியிருக்கக்கூடாது''*(4:61)* என்பதுவே அது. ஆனால், பிராமணர்கள் செய்யக்கூடாதவை என்று மநு இதை மட்டுமே குறிப்பிடவில்லை. *4:60-61* வரை பல்வேறு விஷயங்களைச் சொல்லியிருக்கிறார். அவற்றை அம்பேத்கர் கவனத்தில் கொண்டதாக அறிய முடியவில்லை. அவை பற்றிக் காண்போம்.

i) தர்மம் அற்றவர் வசிக்கும் கிராமத்தில் இருக்கக்கூடாது.

ii) வியாதிகள் அதிகம் உள்ள இடத்தில் வசிக்கக்கூடாது.

iii) தனியாக வழிநடைப் பயணம் கூடாது.

iv) மலைமீது வெகுகாலம் வசிக்கக்கூடாது.

v) வேதத்துக்கு விரோதமான பாஷாண்டிகள் அதிகமாக உள்ள கிராமத்தில் வசிக்கக்கூடாது.

vi) சண்டாளர்கள் வசிக்கும் கிராமத்தில் வசிக்கக்கூடாது.

vii) சூத்திரன் மன்னனாக இருக்கும் நாட்டில் வசிக்கக்கூடாது.

இவையெல்லாம் மநுவினுடைய உத்தரவுகள். பிராமணர்கள் செய்யக்கூடாத விஷயங்கள் இவை. ஆனால் 'சூத்திரன் மன்னனாக இருக்கும் நாட்டில் குடியிருக்கக் கூடாது' என்பதை மட்டும்

அம்பேத்கர் எடுத்துக்கூறி, அதன் பொருள், மன்னன் சூத்திரனாக இருந்தால் அவனைக் கொன்றுவிடவேண்டும் என மநு உத்தரவிடுவதாக அவர் எழுதியிருப்பது சரியானதல்ல.

வேதங்களின் பார்வையில் சூத்திரர்கள் யார்? அல்லது மநுவின் பார்வையில் சூத்திரர்கள் யார்? இன்னாருக்கு மகனாகப் பிறந்த காரணத்தால் ஒருவன் சூத்திரனாகிவிடுவதில்லை. இருபிறப்பாளர் அல்லாதவர்கள் அனைவரும் சூத்திரர்கள். இருபிறப்பு என்பது யாது?

2019-ஆம் ஆண்டு நடந்த திராவிடர் கழக மாநாட்டில் மூன்று முக்கிய தீர்மானங்கள் நிறைவேற்றப்பட்டன. அவை மூன்றுமே சமஸ்கிருத ஸ்லோகங்களில் உள்ளவை. ஆயினும் 'பிறப்பொக்கும் எல்லா உயிர்க்கும்' என்னும் திருக்குறள் பாடலைத் தங்களுடைய முதன்மையான கொள்கையாக நிறைவேற்றியிருந்தார்கள். இப்பாடலின் கருத்து நேரடியாக மநு தர்மசாஸ்திரத்திலிருந்து எடுக்கப்பட்டதுவே.

அறிஞர்கள் மத்தியில் மொழி ஒரு பிரச்னையாக என்றுமே இருந்ததில்லை. 'அறிவு' எந்த மொழியில் இருந்தாலும் அதனை ஏற்று தம் சொந்த மொழியிலும் பதிவு செய்வது அறிஞர் இயல்பு. அறிவுக்கு தெற்கு-வடக்கு பிரச்னையோ தமிழ்-சமஸ்கிருதம் பிரச்னையோ இருப்பதில்லை. மநுவின் கொள்கை திருக்குறளிலும் இருக்கிறது என்பதால் இவரிடமிருந்து அவர் கற்றாரா அல்லது அவரிடமிருந்து இவர் கற்றாரா என்கிற விவாதம் தேவையில்லை. இப்போது நம் கையில் கிடைத்திருப்பது ஏழாவது மநு தர்மசாஸ்திரம். இது எழுதப்பட்ட காலம் கி.மு. 170 - 150 என டாக்டர் அம்பேத்கர் கணிக்கிறார்கள். மநு மற்றும் திருவள்ளுவர் இவர்களுள் எவர் மூத்தவரோ அவரிடமிருந்து மற்றவர் கற்றிருக்க வேண்டும்.

மநு தர்மசாஸ்திரமானது 'பிறக்கும்போது எல்லா மனிதர்களும் சூத்திரர்களாகவேஇருக்கிறார்கள்' என்று அறிவிக்கிறது (2:172). எனவே, பிறப்பால் அனைவரும் சமம். ஒருவர் பிறக்கும்போது அவர் பிராமணர் என்றோ சத்திய, வைசியன் என்றோ எந்த வேறுபாடும் இல்லை; அனைவரும் சூத்திரர்கள்தாம். இது முதல் பிறப்பாகும். அதன் பின் குறிப்பிட்ட வயது வந்ததும் குழந்தைகளை குருகுலம் என்னும் பள்ளியில் கொண்டுபோய்ச் சேர்ப்பார்கள். அங்கு அவருக்குக் கல்வி கிடைக்கிறது. குருகுலம்

சென்று படித்தவர்கள் எவரும் 'சூத்திரர்' என ஆவதில்லை. அவர்களுடைய கல்வியானது நிறைவடையும் நாளில் 'சமாவர்த்தனம்' என்னும் ஒரு பட்டமளிப்பு விழா நடத்தப்படும். அன்றுதான் அவர்களுக்கு தக்க 'உபநயனம்' செய்து வைக்கப் படுவதுடன் பிராமணர், சத்திரியர், வைசியர் என ஏதேனும் ஒரு வர்ணம் கிடைக்கிறது.

உபநயனம் பெறும் அந்த நாளில்தான் அவர்களுடைய இரண்டாவது பிறப்பு அமைகிறது. எனவே பள்ளிக்குச் சென்று படித்தவர்கள் அனைவருமே 'இரு பிறப்பாளர் எனும் துவிஜர்கள் ஆகிவிடு கிறார்கள்; படிக்காதவர்கள் அனைவரும் 'சூத்திரர்கள்' என அறியப்படுகிறார்கள். எனவே படித்தவர்களுக்குத் தற்காலத்தில் கிடைக்கும் பெருமையும் சமூகத்தின் உயர்ந்த அந்தஸ்தும் அக்காலத்தில் இரு பிறப்பாளர்களுக்குக் கிடைத்தது. படிக்காதவர்கள் என்கிற ஒரு சிறப்பற்ற நிலையே சூத்திரர்களுக்கு கிடைத்தது.

எனவே, மநு தர்மசாஸ்திரத்தின் அடிப்படையில் மக்களை இரண்டுவிதமாக பிரிக்கலாம். ஒன்று : இருபிறப்பாளர்கள். மற்றவர்கள் : சூத்திரர்கள். அதாவது 'படித்தவர்கள்' மற்றும் படிக்காதவர்கள் என்பவர்களே அவர்கள் இருவரும். எனவே பிறப்பால் எவரையும் வேறுபாடு காட்டுவது என்பது இந்தியப் பண்பாடு அல்ல. பிறப்பொக்கும் எல்லா உயிர்க்கும் என்பதையே He who has not been initiated should not pronounce any vedic text excepting those required for the performance of funeral rites, since he is on a level with a Sudra before his birth from the Veda என்று ஆங்கிலத்தில் குறிப்பிடுகிறார்கள்.

எனவே பிராமணர் முதலான இருபிறப்பாளர்கள் என்பவர்கள் வேத ஞானம் பெற்றவர்கள். வேதம் சார்ந்த 'கல்வியை' பெறாதவர் அனைவரும் இரண்டாவது பிறப்பு அடையாதவர்கள்; அவர்கள் அனைவரும் சூத்திரர்கள். எனவே வேதத்தைப் படிக்க முடியாததால் சாமான்ய மக்களும் வேதத்தை படிக்கவேமாட்டேன் என்று அடம் பிடித்ததால் புத்த மதத்தினரும் - இருவருமே சூத்திரர்கள்தாம். எனவே *4 : 61*-ல் மநு குறிப்பிடும் செய்தியான 'சூத்திரர்கள் அரசாளும் நாட்டில் பிராமணர்கள் குடியிருக்கக்கூடாது' என்பது, புத்த மதத்தைச் சார்ந்தவர்களான 'வேத விரோதிகள்' ஆட்சி செய்யும் நாட்டில் இரு பிறப்பாளர்கள் வசிக்கக்கூடாது என்பதுவே ஆகும். அம்பேத்கர் அஞ்சுவதுபோல 'சூத்திரர்களை பிராமணர்கள் கொலை செய்துவிடவேண்டும்' என்ற கருத்தில் அல்ல.

மநு தர்மசாஸ்திரமானது 'இருபிறப்பாளர்' மற்றும் 'சூத்திரர்' என வகைப்படுத்தி வைப்பதுபோல பைபிளிலும் ஒரு சட்டம் இருக்கிறது. இஸ்ரேலியர்கள் எனப்படும் யூதர்கள் முதல் வகையினர். புறஜாதியார் எனப்படும் 'பிற இனத்தார்' இரண்டாம் வகையினர். இஸ்ரேலியர்கள் பைபிளின் கடவுளுடைய சொந்தப் பிள்ளைகளாக இருக்கும்படி கடவுளால் தேர்வு செய்து கொள்ளப்பட்டவர்கள். அவர்கள் 430 ஆண்டுகள் எகிப்து என்ற புறஜாதியார் நாட்டில் அடிமைகளாக இருந்தனர். கி.மு. 1446-ல் அவர்கள் விடுதலைப் பெற்றதும் தூரத்திலிருந்த கானான் தேசம் எனப்பட்ட புறஜாதியார் நாட்டினைக் கைப்பற்றி இஸ்ரேலியர்களை அங்கு குடியமர்த்தும் நோக்கத்துடன் பைபிளின் கடவுள் அவர்களை வழிநடத்திச் சென்றார். அப்போது இஸ்ரேலியர்களுக்கு அவர்களுடைய கடவுள் கொடுத்த ஒரு சட்டம் "புறஜாதியார் நாடுகளைக் கைப்பற்றி இஸ்ரேலியர்கள் அங்கு வாழும்போது புறஜாதியார் உன் நாட்டில் குடியிருக்க வேண்டாம் (விடுதலைப்பயணம் - யாத்திராகமம். 23 : 33). ஏனெனில் புறஜாதியர்களால் இஸ்ரேலியர்கள் மனம் கெட்டுவிடும் என்றும்; அப்படி ஆகுமானால் இஸ்ரேலிய ஜாதிகளின் கடவுளுக்கு எதிராக அவர்கள் மனம் திரும்பிவிடும் என்பதுவே காரணமாகும்.

எனவே சூத்திரர்களாகிய புத்த மதத்தினர் ஆட்சி செய்யும் நாட்டில் பிராமணர் முதலான இருபிறப்பாளர்கள் குடியிருக்க வேண்டாம் என்பதுவே மநுவின் கருத்தாகும்.

இதுபோலவே சூத்திரர் சார்ந்த விஷயத்தில் மநுவின் இன்னொரு பாட லும் கவனிக்கப்பட வேண்டியதாகும். 'சூத்திரர்கள் அருகில் இருக்கும்போது வேதம் ஓதக்கூடாது' - என்பதுவே அப்பாடல் (4 : 99).

இருபிறப்பாளர்கள் வேதம் ஓதும்போது சூத்திரர்களாகிய புத்தமத்தினர் அருகில் இருந்தால் அவர்களுக்கு கோபம் வரலாம்; அது விரோதமாக மாறி ஆபத்தாகவும் முடியலாம். ஆனால் நாலாம் வர்ணத்தவராகிய சூத்திரர்கள் அதாவது புத்த மதத்தைச் சாராத சூத்திரர்கள் குருகுலம் சென்று தங்கிப் படிக்காவிட்டாலும் குருகுலங்களைச் சார்ந்து இருக்காமல் ஆபத்துக்காலத்தில் வேதங்களைப் படித்திருந்ததாக மநுவில் சான்றுகள் உள்ளன. 'மேலான அறிவை நாலாம் வருணத்தானிடமிருந்தும் (சூத்திரன்) மோட்ச மார்க்கத்தை சண்டாளனிடத்திலிருந்தும் நற்குணப்

பெண்மணியைத் தாழ்ந்த குலத்திலிருந்தும்கூட ஒருவன் கொள்ளலாம்' (ஏ.கே.கோபாலன். *2 : 238*) என்று மநு கூறுகிறார்.

மேலும் *3 : 156*-ல் சிரார்த்தத்துக்கு யார் யாரை அழைக்கக்கூடாது என்கிற பட்டியல் ஒன்றை மநு தயாரித்துள்ளார். அதில் 'கூலிக்கு வேதம் ஓதுபவன், கூலி கொடுத்து வேதம் படித்தவன், சூத்திரனுடைய சிஷ்யன், சூத்திரனுடைய குரு, கடுஞ்சொல் பேசுபவன் சோரம் போன பெண் பெற்ற பிள்ளை முதலானோர் சேர்க்கத் தகாதவர்கள் (ஸ்ரீ இந்து. *3 : 156*) என்று கூறப்பட்டுள்ளது. இப்பாடல் மூலம் சூத்திரர்கள் படித்தும் இருக்கிறார்கள்; மற்றவர்களுக்குக் கற்பிக்கும் ஆசிரியராகவும் இருந்திருக்கிறார்கள் என்பதை அறிய முடிகிறது. எனவே 'சூத்திரர் அருகில் இருக்கும்போது வேதம் ஓதக்கூடாது' என்ற கட்டளை புத்த மதத்தினராகிய சூத்திரர்களுக்கு எதிரான ஒரு பாடலாகும்.

அம்பேத்கர் பெண்கள் சம்பந்தப்பட்ட தகவல்கள் சிலவற்றையும் மநுவிலிருந்து மேற்கோளாக்கி இருக்கிறார் (மநு. *11: 36 - 37*). 'வேதங்கள் கூறியுள்ள சடங்குகளைப் பெண்கள் செய்யக்கூடாது என்றும்; அப்படி அவர்கள் செய்தால் அவர்கள் நரகத்துக்கு போவார்கள்' என்றும் மநு கூறுவதாக அவர் குறிப்பிட்டுள்ளார் (ஆங்கிலம் பக்: *315*, தமிழ் பக்: *108*). ஆனால் மநுவில் அச்சடங்குகளைப் பெண்கள் செய்யக்கூடாது என்று இல்லை. கன்னிப்பெண்களும் திருமணம் ஆனவராகவே இருந்தாலும் இளம் பெண்களும்தான் செய்யக்கூடாது என்று கூறப்பட்டுள்ளது. எனவே மாதவிடாயிலிருந்து விடுபட்ட ஏனைய பெண்கள் அதனைச் செய்யலாம்.

இந்த சட்ட நடைமுறையே கேரள மாநிலத்து சபரிமலை கோயிலிலும் பின்பற்றப்படுகிறது. சபரிமலைக்குப் பெண்கள் போகக்கூடாது என்பது சட்டமல்ல. இந்த வயதினர் அந்தக் கோவிலுக்குப் போகக்கூடாது என்ற கோவிலின் நடை முறையானது, ஆண்-பெண் உரிமை சம்பந்தப்பட்ட விவகாரம் அல்ல. மாறாக பெண்களின் இயற்கையான உடல்நிலை சம்பந்தப்பட்ட விவகாரமாகும்.

மநு. *11: 36 - 37* பாடல்களில் பெண்களைப் பற்றி மட்டும் குறிப்பிடப்படவில்லை. அந்தப் பாடல்களைக் காண்போம்: ''கன்னிப்பெண், யுவதி, சிறிதளவு படித்தவன், மூடன், உபநயனம் முதலான சம்ஸ்காரங்கள் இல்லாதவன், உடல் நலமற்றவன்

முதலானோர் அக்னிஹோத்திரத்துக்கான ஹோமங்களைச் செய்யக் கூடாது. அவ்வாறு செய்தால் நரகத்தில் வீழ்வார்கள். பிறருக்காக அக்னிஹோத்திரமும் செய்யக்கூடாது. ஆகவே வேத மந்திரங்களை முழுவதும் அறிந்தவனே பிறருக்காக ஹோமங்கள் செய்ய வேண்டும்'' என்று கூறப்பட்டுள்ளது. எனவே வேத மந்திரங்களை முழுமையாகக் கற்றவர்களும் உடல் ஆரோக்கியமானவர்களும் மாதவிடாய் முதலான இயற்கைச் சூழ்நிலைகளிலிருந்து வெளியேறிய பெண்களும் மட்டுமே இதனைச் செய்யவேண்டும் என சட்டம் இயற்றப்பட்டுள்ளது. எனவே மேற்கண்ட பாடல்கள் பெண்களுக்கு எதிரானது அல்ல. ஆனால் அது அனுஷ்டானம் சம்பந்தப்பட்ட ஒரு சட்டப்பிரிவு ஆகும்.

பைபிளும் தீட்டுகளும்

பலவிதமான தீட்டுகள் பற்றி பைபிள் அறிவிக்கிறது. அவற்றுள் பெண்களுக்குரிய மாதவிடாய் தீட்டும் *(லேவி : 15 :19-23)*, பிரசவ காலத் தீட்டும் *(லேவி : 12 :2-5)*, குறிப்பிடத்தக்கவை. இத்தகு தீட்டுக் காலங்களில் பெண்கள் எருசலேம் ஆலயத்தினுள் போகக்கூடாது என்பது பைபிள் கூறும் சட்டமாகும் *(லேவி : 12 :4)*.

மநு தர்ம சாஸ்திரத்தை மேற்கோளாக்கி இன்று சபரி மலைப் போராட்டங்களை நடத்துகிறவர்கள் பைபிள் கூறும் தகவல் களையும் கவனத்தில் கொண்டு பெண்களின் சமூக நீதிக்காகப் போராடினால் நன்றாக இருக்கும்.

''மநு தர்மசாஸ்திரத்தில் பெண்கள்'' என்பது பற்றி நாம் ஏற்கனவே பார்த்திருக்கிறோம். பெண்களை வீட்டுக்குள் பூட்டி வைக்கக் கூடாது *(ஏ.கே.கோபாலன். 9 : 12; ஸ்ரீ இந்து. 9 : 10)*; செல்வத்தைச் சேமித்து வைக்கவும் செலவு செய்யவும் பெண்களுக்கு உரிமையுண்டு *(9 : 11)*; வீட்டை மேன்மையடையச் செய்யும் தெய்வம் (லட்சுமி) பெண்கள் *(9 : 26)*; காதல் திருமணம் செய்துகொள்ளவும் அனுமதி *(9 : 90 - 91)*; சொத்தில் பெண்களுக்கு பங்குண்டு *(9 : 118)* என்பன போன்ற சட்டங்களை மநு அனுமதித்துள்ளார் என்பதை நாம் ஏற்கனவே பார்த்திருக்கிறோம்.

இதில் கவனிக்கப்பட வேண்டிய இன்னொரு விஷயமும் உள்ளது. காதல் திருணம் குறித்து பேசிய மநு ''ஒரு கன்னிகை, தான் பருவம் எய்திய பின்னர் தந்தையோ சகோதரனோ தனக்குத் திருமணம் செய்துவைக்க முயற்சி எடுக்காவிடில் மூன்று வருடங்கள்

பொறுத்துப் பார்க்கவேண்டும். பிறகு தக்க கணவனைத் தானே தேடிக் கொள்ளலாம்'' *(9 : 90)* என்று எழுதியுள்ளார். எனவே பெண்ணின் திருமண வயது என்பது அந்தப் பெண் பருவம் அடைந்த பின்னரே என்பதை அறிய முடிகிறது. குழந்தை திருமணத்தை மநு அனுமதிக்கவில்லை. திருமண வயது பற்றிப் பேசும் பாடல்கள் மநுவினுடையதாக இருக்க வாய்ப்பு இல்லை; இடைச் செருகலாகத்தான் இருக்கவேண்டும்.

இன்னொரு விஷயமும் நாம் கவனிக்க வேண்டியதாகும். நாம் ஏற்கனவே பார்த்தது போல ஆண்-பெண் சமத்துவம் பற்றியே மநு பேசியுள்ளார் *(1 : 32 மற்றும் 9 : 45)*. பெண்களை அடிமையாகக் கருதும் மனப்பான்மை மநுவுக்கு இல்லை என்பதையும் நாம் நினைவில் கொள்ளவேண்டும்.

பிராமணர்களுக்கான சில சலுகைகளும் கட்டுப்பாடுகளும்

பிராமணர்களை 'சிறப்புரிமை கொண்ட ஒரு வர்க்கமாக மநு அமைத்துவிட்டார் என்பதுவும் ஒரு குற்றச்சாட்டாகும். It made the Brahmins a class of privileged persons என்பது அம்பேத்கரின் வாசகமாகும். ஆனால் அவற்றை 'சிறப்புரிமை' என்று கூறுவதை விட 'கடமை' என்று கொள்ளுவதே சரியானதாகும். 'பிராமணர்' என்பது ஒரு ஜாதியின் பெயராக மநு கருதியிருக்கவில்லை. அது ஆசிரியராக ஒருவர் பணியாற்றுவதற்குரிய தகுதியினை வழங்கிய ஒரு பட்டம். தற்காலத்திலுள்ள பி.எட்., எம்.எட். பட்டங்களைப் போல. ஆபத்துக் காலத்தில் அக்காலத்திலிருந்த சமூகம் பிராமணர்கள் விஷயத்தில் இரண்டு அம்சங்களைக் கவனத்தில் கொண்டு சில சட்டங்கள் இயற்றியுள்ளது.

ஒன்று: பிராமணர்களாகிய ஆசிரியர் எண்ணிக்கை குறைந்து போனது. எனவே அவர்களுக்கு அச்சமூட்டும் வகையில் அதுவரை நடைமுறையிலிருந்து வந்த சில சட்டங்களில் தளர்வுகள் ஏற்படுத்தப்பட்டன.

இரண்டு: பிராமணராக இருந்து பணியாற்ற முன்வந்தவர்களுக்கு சில சலுகைகள் அறிவிக்கப்பட்டன. உதாரணமாக பிராமணர்களின் தொழில் ஆறு மட்டுமே என அறிவித்துவிட்டு *(1 : 88)* அதன்பின் சத்திரியர் தொழிலை அவர்கள் செய்யலாம்; அதுவும் பிழைப்புக்கு ஏதுவாக இல்லை எனில் வைசியர் தொழிலைச் செய்யலாம் எனவும் படிப்படியாக மநு இறங்கி வந்தார். ஆனால் அவ்வாறு இறங்கி

வரும்போது ஒரு முக்கியமான நிபந்தனை சேர்த்துக் கொள்ளப் பட்டது. பிராமணர்களுடைய தொழிலால் பிழைக்க முடியா விட்டால் மட்டுமே அதற்கு அடுத்ததான சத்திரியர் தொழில் செய்யலாம்; அதனாலும் பிழைக்க முடியாவிட்டால் மட்டுமே அதற்கும் அடுத்ததான வைசியர் தொழில் செய்யலாம் என நிபந்தனைகள் விதிக்கப்பட்டன. எனவே இவையெல்லாம் ஆபத்து காலத்துக்கான சலுகைகளாகும் *(10 : 81 82. ஸ்ரீ இந்துவில். 10 : 70 71).*

பிராமணர்களை பூஜாரிகள் (priests) என்ற சொல்லால் அம்பேத்கர் குறிப்பிடுகிறார் *(பக்கம் 290).* ஆனால் மநுவில் அவ்வித குறிப்பு இல்லை என்பதுவும் வேதங்களைக் கற்பிக்கும் பணியை (teaching) மட்டுமே பிராமணர்கள் செய்யவேண்டும் என்று மநு எதிர்பார்த்தார் என்பதையும் நாம் ஏற்கனவே பார்த்திருக்கிறோம். தாம் வாழ்ந்த காலத்தில் இருந்த நடைமுறைகளை மனதில் வைத்துக்கொண்டு பண்டைக்காலத்தையும் அம்பேத்கர் கணித்திருக்கிறார்.

பல்வேறு சலுகைகள் பிராமணர்களுக்கு வழங்கப்பட்டிருந்தாலும் கடுமையான கட்டுப்பாடுகளும் அவர்களுக்கு விதிக்கப் பட்டிருந்தன. எவரிடமும் பிக்ஷை எடுத்து சாப்பிடக்கூட அனுமதித்த மநு, பூஜாரியாகப் பணியாற்ற அவர்களை அனுமதிக்கவில்லை என்பதை நாம் ஏற்கனவே பார்த்திருக்கிறோம் *(10:116 ஸ்ரீ இந்து. 10:105).*

மேலும் ஆபத்துக் காலத்துக்காக வழங்கப்பட்ட சலுகைகள் எதனையும் ஆபத்து இல்லாத காலத்தில் பெறுவதற்குத் தடை விதிக்கப்பட்டது. ‘ஆபத்து இல்லாத காலத்தில் ஆபத்து தர்மங்களையே கடைபிடிக்கும் அந்தணன் பரலோகத்தில் நற்பலன் அடையான்’ *(ஏ.கே. கோபாலன். 11 : 28)* என பிராமணர்களை மநு கண்டிக்கிறார்.

அறிந்து மது அருந்தினால் பிராமணர்களுக்கு மரண தண்டனையும் *(11:146)*; எதிர் காலத்துக்காகச் சேமிப்பதில் கடுமையான கட்டுப்பாடுகளும் பிராமணர்களுக்கு விதிக்கப்பட்டன *(4:7-8)*; வேதம் அறியாத பிராமணனுக்கு தானம் செய்யக்கூடாது என்றும் *(2 : 157 - 158)*; பணத்துக்காக வேறு துறைகள் சார்ந்த கல்வி பயின்ற பிராமணன் தன் வர்ண அந்தஸ்தை இழந்து குடும்பத்துடன் ‘சூத்திரன்’ ஆகிவிடுவான் என்றும் சட்டங்கள் பிராமணர்களுக்கு மிகவும் கடுமையாக்கப்பட்டிருந்தன *(2:168)*. திருட்டுக் குற்றங்களில் ஈடுபட்ட பிராமணர்க்கு பல மடங்கு தண்டனை அதிகம் என்பதுவும் சட்டமாக இருந்தது *(8:336-337. ஸ்ரீ இந்து 8:337-338).*

பிராமணர்கள் பெறும் தட்சணையைப் பூதகரமாக்கி அம்பேத்கர் நூலில் எழுதப்பட்டுள்ளது. தட்சணை என்பதற்கு ஆங்கிலத்தில் சொற்கள் இல்லை என்பதால் fees மற்றும் wages முதலான சொற்கள் பயன்படுத்தப்பட்டுள்ளன. கூலிக்காக பிராமணர்கள் பணியாற்றியதாக எழுதி அவர்களுடைய பணி கொச்சைப்படுத்தப் பட்டுள்ளது. ஆனால் குற்றங்கள் பற்றிப் பட்டியலிடும்போது ''கூலிக்கு வேதம் ஓதுதல் மற்றும் கூலி கொடுத்து வேதம் படித்தல் - இவை இரண்டும் குற்றம்'' என மநு அறிவிக்கிறார் (ஏ.கே. கோபாலன். 11 : 62. ஸ்ரீ இந்துவில் 11 : 61 - 62).

இவ்வாறு பிராமணர்களுக்கு பலவிதமான கடுமையான கட்டுப் பாடுகள் விதிக்கப்பட்டுள்ளன. எனவே 'பிராமணர்கள் சிறப்புரிமை கொண்ட மக்களினமாக உருவானார்கள்' என அம்பேத்கர் எழுதி இருப்பது மநுவுக்கு எதிரான ஒரு கொள்கையாகும்.

அம்பேத்கர் தம்முடைய நூலில் மநுவின் மூலம் ஏழு விதமான நன்மைகளை பிராமணர்கள் தங்கள் ஜாதிக்கென உருவாக்கிக் கொண்டதாக அறிவிக்கிறார் (பக்கம். 275). அவையாவன :

1. ஆள்வதும் அரசக்கொலையும் பிராமணர்களின் உரிமை என்பதை நிலை நிறுத்தியது (It established the right of the Brahmin to rule and commit regicide).

2. பார்ப்பனர்களைச் சிறப்புரிமை கொண்ட ஒரு வர்க்கமாக மாற்றியது (It made the Brahmins a class of privileged persons).

3. வர்ணத்தை ஜாதியாக மாற்றியது (It converted the Varna into Caste).

4. பல்வேறு ஜாதிகளிடையே மோதல்களையும் சமூக எதிர்ப்புணர்வையும் தோற்றுவித்தது (It brought about a conflict and anti-social feeling between the different castes).

5. சூத்திரர்களையும் பெண்களையும் இழிந்த நிலைக்குத் தள்ளியது (It degraded the Sudra and the women).

6. பன்மடிப் படிநிலையிலான சமத்துவமற்ற அமைப்பை உருவாக்கியது (It forged the system of graded inequality).

7. மரபு ரீதியாகவும் நெகிழ்ச்சி கொண்டதாகவும் இருந்த சமூக அமைப்பை சட்டவகை மையமாகவும் இறுக்கமானதாகவும் ஆக்கியது (It made legal and rigid the social system which was conventional and flexible)

மேற்கண்ட ஏழு காரியங்களையும் 'பிராமணியம்' (Brahmanism) தன் சுய நலனுக்காக ஏற்படுத்திக்கொண்டது என்றும்; அதற்காகவே ஏழாவது மநு தர்மசாஸ்திரம் எழுதப்பட்டிருப்பதாகவும் அம்பேத்கர் எழுதியதாக இன்று நாம் அறியும் நூலில் எழுதப்பட்டுள்ளது.

ஆனால் மேற்கண்ட எந்தக் குற்றமும் பிராமணர்கள் செய்யவில்லை என்பதையும் வீணாக அவர்கள்மீது பழிகள் சுமத்தப்பட்டிருக்கின்றன என்பதையும் நாம் நிதானமாக அலசிப் பார்த்தால் அறிய முடிகிறது. அம்பேத்கர் எழுதியதாகச் சொல்லப்படும் இத்தக் குற்றச்சாட்டுகள் அனைத்தும் தரமற்றவையாகவும் உண்மைக்கு மாறானவையாகவும் இருப்பதால் நூல் ஆசிரியர் அம்பேத்கர்தானா என்பது சந்தேகமாக இருக்கிறது. ஏனெனில், அம்பேத்காரின் அறிவுத் திறமையையும் நேர்மையான அணுகுமுறைகளையும் அம்பேத்கர் எழுதியதாக அறிவிக்கப்பட்டிருக்கும் இந்நூலில் உணர முடியவில்லை.

ஆனால், இந்து மதத்துக்கும் இந்திய பண்பாட்டுக்கு எதிராகவும் வேலை செய்கிறவர்கள் அம்பேத்கர் எழுதியதாக அறிவிக்கப் பட்டிருக்கும் மேற்கண்ட கொள்கைகளையே பிரசாரமாகக் கொண்டிருக்கின்றனர்.

இந்தியாவை கிறிஸ்தவ நாடாக்கும் முயற்சிகள் இன்று தீவிரமடைந்துள்ளன. பல்வேறு அமைப்புகள் அதற்காகவே பணியாற்றுகின்றன. இந்து மதத்தை 'பிராமணிய மதம்' என்றும் இந்திய சமூகத்தை 'மநுவாத சமூகம்' என்றும் பேசி சமூகங்களைப் பிளவுபடுத்துகின்றனர். 'சமூக நீதி' என்னும் கொள்கையே தம்முடையது எனப் பேசி வருகின்றனர். தமிழ் - சம்ஸ்கிருதம் என்றும்; ஆரியர் - திராவிடர் என்றும்; வடக்கு - தெற்கு என்றும் பேசி பிரிவினை வாதத்தையும் தீவிரவாதத்தையும் வளர்த்து வருகிறார்கள். இந்திய சமூகங்களை ஜாதியின் பெயராலும் இந்து சமயத்தை 'பிராமணர்கள்' பெயராலும் பிளவுபடுத்தி வைப்பதன் மூலம் கிறிஸ்தவ மத மாற்றத்துக்கு உகந்ததாக இந்தியாவை உருமாற்றம் செய்து வைக்கிறார்கள்.

'இந்தியா ஒரு கிறிஸ்தவ நாடு' என தமிழிலும் India is a Christian Nation என ஆங்கிலத்திலும் புத்தகங்கள் வெளியிடப்பட்டுள்ளன (M. Sunder Yesuvadian (a) M.S. Mankad, published by Anaryan Publications, Indian Anarya Samaj Trust, Konnaikad, S.T. Mangad P.O., Pin : 629 172). இத்தகையவர்கள் இவ்விதமான தேசவிரோத

விஷயங்களைப் புகுத்தி நூல்களை வெளியிடும்போது டாக்டர் அம்பேத்கர் பெயரையும் பயன்படுத்திக் கொள்ளுகின்றனர். 'மநு தர்மசாஸ்திரத்தைப் பின்பற்றும் அல்லது சகித்துக்கொள்ளும் எந்தவொரு மதமும் சமத்துவம், அமைதி, ஒத்திசைவு எதையும் உருவாக்காது' (Any religion that follows or tolerates the tenets of Manudharma Sastra cannot establish equality, peace and harmony. Page 56. India is a christian Nation) என்றும் எழுதியிருக்கிறார்கள்.

'இந்து மதத்தின்' அடிப்படை நூல் மநு தர்மசாஸ்திரம் என இவர்கள் பிரசாரம் செய்கிறார்கள்; அதாவது கிறிஸ்தவர்களுக்கு பைபிள் போல இந்துக்களுக்கு மநு என்பது அவர்கள் பிரசாரம். 'இந்திய அரசியலமைப்புச் சட்டம்கூட மநு தர்மசாஸ்திரத்தின் அடிப்படையிலானது. அது 90 சதவிகித திராவிடப் பெரும் பான்மையினரை பின் தங்கிய ஜாதியினர், பட்டியல் ஜாதியினர்- தீண்டத்தகாதவர்கள், பட்டியல் பழங்குடியினர்- ஆதி வாசிகள் என்று சொல்லி ஒடுக்குகிறது' (But, the Indian constitution formulated on the basis of Manudharma Sastra condemns 90% Dravidian majority as 'Backward caste', Scheduled castes' (untouchables), "Adivasis' (scheduled tribes) and so on - Page. 61. India is a Christian Nation). இவ்வாறு எழுதி தங்கள் தேச விரோதப் பணிகளுக்கு அம்பேத்கர் பெயரையும் பயன்படுத்திக் கொள்ளுகிறார்கள்.

இந்தியா ஒரு ஜாதிய தேசம் எனக் குறிப்பிட்டும் இந்து மதம் ஒரு பிராமண ஜாதியின் மதம் என்றும் எழுதியும் பேசியும் வரும் பிரிவினைவாதிகள் ஒடுக்கப்பட வேண்டும்.

நாடு சுதந்திரம் பெற்றபோது 1947-ல் நம் நாடு இந்து - இந்தியா மற்றும் முஸ்லீம் - இந்தியா என முதலில் இரண்டாகவும் பின் 'பங்களாதேஷ்' உடன் சேர்ந்து மூன்று துண்டுகளாகவும் ஆக்கப் பட்டது. இன்று மேலும் ஒரு பிரிவினைக்கு நம் நாட்டை தயார் படுத்திக்கொண்டிருக்கிறார்கள். தமிழ்நாட்டில் பெந்தெகோஸ்து சபையினர் மட்டும் 60 லட்சம் பேர் இருப்பதாகவும் ஆளுக்கொரு இந்து என்ற கணக்கில் ஒவ்வொரு ஆண்டும் மதம் மாற்றிட வேண்டும் என்றும் நாலுமாவடியிலிருந்து கட்டளைகள் பிறந்துள்ளன. எனில் ஓராண்டில் 60 லட்சம் X 2 = 120 லட்சம்; அடுத்த ஆண்டு 120 லட்சம் X 2 = 240 லட்சம்; மூன்றாம் ஆண்டு 240 லட்சம் X 2 = 480 லட்சம். இவ்வாறு மூன்றே ஆண்டுகளில் தமிழ்நாட்டையே கைப்பற்றிவிடவேண்டும் என்று கிறிஸ்தவர்களுக்கு ஒரு கட்டளை இடப்பட்டுள்ளது.

இவ்வாறு இன்றைய இந்தியாவை 'இந்து - இந்தியா' என்றும் 'கிறிஸ்தவ - இந்தியா' என்றும் இரண்டாகப் பிளவுபடுத்தும் முயற்சிகள் தீவிரமடைந்துள்ளன. தமிழ்நாட்டில் பெரியாருடைய பெயரும் ஒட்டுமாத்த இந்தியாவுக்கு டாக்டர் அம்பேத்கருடைய பெயரும் இப்பிரிவினைக்கு அதிகம் பயன்படுத்தப்படுகின்றன.

அம்பேத்கருடைய தேச பக்தியை நாம் மீண்டும் ஒரு தடவை நினைத்துப் பார்க்கவேண்டும். மதம் மாற வேண்டும் என அவர் முடிவு செய்த போது விதேசி மதங்கள் அவருக்கு அழைப்பு விடுத்தன. ஆனால் அவர் மறுத்து விட்டார். எனவே அம்பேத்கர் எழுதியதாக இன்று அறியப்படும் நூல் உண்மையில் அவர் எழுதியிருக்க வாய்ப்பு இல்லை. பிராமண 'ஜாதியினர்' மீது அவருக்கு இருந்த காழ்ப்புணர்ச்சியைப் பயன்படுத்திக்கொண்டு இந்தியப் பண்பாட்டைச் சிதைக்கும் நோக்கமுடையவர்கள் அதனை எழுதி அம்பேத்கர் பெயரில் அவருடைய நூலுடன் சேர்த்து வைத்திருக்க வேண்டும் என்றே நாம் கருதுகிறோம்.

தங்கள் மதம் ஜாதிகளுக்கு அப்பாற்பட்டது எனப் பேசும் கிறிஸ்தவர்கள் தங்கள் மத நூலான பைபிளை வரலாற்றுக் கண்ணோட்டத்துடன் படித்துப் பார்க்கவேண்டும். இயேசுவுக்கு அந்நியரான பவுலையும் அவரது உடன் உழைப்பாளரான லூக்காவையும் மேற்கோளாக்கிப் பேசுவதை நிறுத்திவிட்டு இயேசுவின் 'உண்மையான' சீடர்கள் எழுதிய நூற்களின் அடிப்படையில் தங்கள் மதத்தை அணுகவேண்டும். இஸ்ரேலிய ஜாதிகள் எனப்படும் யூதர்களை 'தம் சொந்த மக்கள்' (the chosen people) என அறிவித்துக் கொண்ட பைபிளின் கடவுள் இந்தியர்கள் போன்ற மற்ற மக்களை 'புறஜாதியினர்' எனப் பேசி பிரிவினையை ஏற்படுத்தி வைத்திருக்கிறார். தாம் இஸ்ரேலிய ஜாதிகளுக்கே கடவுளாய் இருப்பதாக கர்த்தர் எனப்படும் ஆண்டவரும் *(யாத்ராகமம் - விடுதலைப் பயணம். 29 : 45 - 46)*; இஸ்ரேலிய ஜாதியினருக்கு உழைப்பதற்காகவே தாம் அனுப்பப்பட்டிருப்பதாக இயேசுவும் *(மத்தேயு. 15 : 24)* கூறிக்கொண்டவர்கள். புறஜாதியாரை இஸ்ரேலிய ஜாதியினர் கொள்ளையடிக்க வேண்டும் என்றும் *(யாத்ராகமம் - விடுதலைப் பயணம் : 12 : 35 - 36)*; புறஜாதியினர் இஸ்ரேலிய ஜாதிகளுக்கு அடிமைகளாகப் பணியாற்ற வேண்டும் என்றும் *(லேவி : 25 : 44)*; இஸ்ரேலியர்கள் பரிசுத்த ஜாதியினர் ஆனால் புறஜாதியார் தீண்டத்தகாதவர் என்றும் *(எஸ்ரா 9 : 11 மற்றும் 6 : 21 மற்றும் எசேக்கியேல் 22 : 16)* பைபிளில் சட்டங்கள் அதன் கடவுளால் ஏற்படுத்தப்பட்டிருக்கின்றன.

ஆக, ஜாதிகளுக்கிடையே தீண்டாமை மற்றும் பிரிவினைவாதங்கள் மட்டுமே பைபிளில் பேசப்பட்டுள்ளன. இயேசுவுக்கு அந்நியர்களான லூக்கா மற்றும் பவுல் எழுதியவற்றை நீக்கிவிட்டு பைபிளைப் படிக்க வேண்டும்; அப்போதுதான் - அப்போது மட்டுமே உண்மையான பைபிளை நாம் புரிந்து கொள்ள முடியும்.

ஒரே மதத்தினராக இருந்தும்கூட கிறிஸ்தவ மேலை நாடுகளில் கறுப்பின மக்கள் மீது நடத்தப்படும் தாக்குதல்களை எவரும் கவனத்தில் கொள்வதில்லை. அண்ணல் காந்தியடிகள் தென்னாப்பிரிக்காவில் பயணம் செய்தபோது ரயிலில் பட்ட துன்பங்கள் நாம் அறிந்தவைதானே.

9

மநுவுக்கு எதிராக நூல் எழுதியது டாக்டர் அம்பேத்கர்தானா?

'***பா**ர்ப்பனியத்தின் வெற்றி: அரசக்கொலை அல்லது எதிர்ப் புரட்சியின் தோற்றம்*' (The Triumph of Brahmanism: Regicide or the birth of Counter-Revolution) என்னும் புத்தகத்தை டாக்டர் அம்பேத்கர் அவர்கள் எழுதியதாக வெளியிடப்பட்டுள்ளது.

இந்நூலின் முகப்புப் பகுதியில் ஆசிரியர் குழுவானது இந்நூல் தங்களுக்கு கிடைத்த விதம் பற்றிய தகவல்களைத் தெரிவித்துள்ளது. முதலில் அதனைக் காண்போம்:

> 'இந்த தலைப்பின் கீழ் தட்டச்சு செய்யப்பட்ட மூன்று பக்கங்களே நமக்குக் கிடைத்துள்ளன. இந்த கட்டுரையின் ஒரு பகுதி திரு. எஸ்.எஸ். ரேஜ அவர்களால் காப்பாற்றப்பட்டு வந்தது. அதுவும் இந்தப் புத்தகத்தில் இணைக்கப் பட்டுள்ளது. இந்தக் கட்டுரைப் பிரதிகளைப் புரட்டியபோது நமது படியிலும் ரேஜ் அவர்களிடமிருந்து கிடைத்த படியிலும் பக்கங்கள் 3 முதல் 7; 9 முதல் 17 ஆகியன தவறிப் போயிருந்தது தெரிந்தது. இந்த கட்டுரையின் பக்கங்கள் - விடுபட்டவையும் சேர்த்து - மொத்தம் 92. ரேஜ் அவர்களிடம் கிடைத்த கட்டுரைப் பிரதியின் தலைப்பு 'பார்ப்பனியத்தின் வெற்றி'

என்பது. நமக்குக் கிடைத்த கட்டுரையில் இடப்பட்டிருந்த தலைப்பு 'அரசக்கொலை அல்லது எதிர் புரட்சியின் தோற்றம்'.

நம்மிடம் உள்ள பிரதியில் இக்கட்டுரை 11 பிரிவுகளாகப் பிரிக்கப்பட்டிருந்தது. ரேஜ் அவர்களிடம் உள்ள பிரதியில் இது காணவில்லை. கட்டுரைத் தலைப்பும் உட்பிரிவுகளும் அம்பேத்கரின் கையெழுத்து ஆவணத்தில் இருக்கின்றன. ஆகவே அவை இதில் அடங்கியிருக்கிறது. தற்செயலாக 9 முதல் 17 வரையிலான பக்கங்கள் வேறு ஒரு கோப்பில் இருந்து கிடைத்தன. கட்டுரையின் அனைத்துப் பக்கங்களையும் இங்கு முறையாக முன் வைத்துள்ளோம். பக்கங்கள் 4 முதல் 7 தவிர இக்கட்டுரை முழுமை பெற்றது.

- ஆசிரியர் குழு

மேற்கண்ட தகவல்கள் புத்தகத்தில் முதல் பக்கத்திலேயே பதிவாகியுள்ளன.

இப்பகுதி நமக்கு அறிவிக்கும் செய்திகளாவன:

1. டாக்டர் அம்பேத்கர் எழுதியதாக அறிவிக்கப்பட்டுள்ள நூலின் முழுப் பகுதியும் அவருடைய சொந்த அலுவலகத்திலிருந்து சேகரிக்கப்பட்டவை அல்ல. தட்டச்சு செய்து வைக்கப் பட்டிருந்த மூன்று பக்கங்கள் மட்டுமே அங்கிருந்து கிடைத்துள்ளன. எஸ்.எஸ். ரேஜ் என்பவரிடமிருந்து சில பகுதிகள் சேகரிக்கப்பட்டுள்ளன. மேலும் சில பகுதிகள் வேறோர் இடத்திலிருந்து சேகரிக்கப்பட்டவை.

எனவே பல்வேறுபட்ட நூலாசிரியர்கள் தங்களுடைய உள் நோக்கங்களை எல்லாம் தனித்தனியாக எழுதி, அவற்றை எல்லாம் ஒரு புத்தகமாக வடிவமைத்து, டாக்டர் அம்பேத்கர் அவர்கள் பெயரால் வெளியிட்டிருக்க வேண்டும். டாக்டர் அம்பேத்கர் அவர்களின்மீது சமூகத்துக்கு இருந்த மரியாதையைப் பயன்படுத்தி சுயலாபம் பெற இவர்கள் முனைந்திருக்க வேண்டும்.

2. புத்தகத்தின் தலைப்புக்குரிய பெயர்கூட ஒரு கூட்டுக் கலவைதான் என அறிவிக்கப்பட்டுள்ளது. ரேஜ் அவர்களிடமிருந்து சேகரிக்கப்பட்ட பகுதிக்கு 'பார்ப்பனியத்தின் வெற்றி'

என்பதுதான் தலைப்பு. ஆனால் ஆசிரியர் குழுவுக்கு கிடைத்த பகுதிக்கு 'அரச கொலை அல்லது எதிர் புரட்சியின் தோற்றம்' என்பது பெயர். ரேஜ் அவர்களிடமிருந்து சேகரிக்கப்பட்ட பகுதியில் இப்பெயர் இல்லை. ஆனால் தற்போது டாக்டர் அம்பேத்கரின் கையெழுத்து ஆவணத்தில் 'பார்ப்பனியத்தின் வெற்றி: அரசக் கொலை அல்லது எதிர் புரட்சியின் தோற்றம்' என்னும் தலைப்பில் புத்தகத்துக்கான கட்டுரை வகைப்படுத்தி வைக்கப்பட்டுள்ளது. எனவே அம்பேத்கர் அவர்கள் எழுதியதாக அறிவிக்கப்பட்டுள்ள புத்தகத்தின் தலைப்புகூட பல வேறுபட்ட நபர்களின் பங்களிப்பாக இருந்திருக்கிறது.

3. நூலில் பிராமணர்கள் கோயில் பூசாரிகளாக (Priests) அறிமுகப்படுத்தப்பட்டிருப்பதுடன் இங்கிலாந்திலுள்ள மாதா கோவிலின் பாதிரியார்களுடன் அவர்கள் ஒப்பிடப்பட்டுள்ளனர் *(பக்கம்.52)*. டாக்டர் அம்பேத்கர் காலத்தில் இந்தியாவிலேயே மாதா கோவில்கள் ஏற்படுத்தப்பட்டுவிட்ட நிலையில் இங்கிலாந்திலுள்ள கோவில்களுடன் ஒப்பீடு செய்யப் பட்டுள்ளது. எனவே இங்கிலாந்திலுள்ள சர்ச்சுடன் (Church) தொடர்புடைய நபர்களின் பங்களிப்பும் இதில் உள்ளது என்பதை நாம் அறிய முடிகிறது. அல்லது இங்கிலாந்திலுள்ளவர்களைத் திருப்தி செய்யவேண்டிய நிர்பந்தம் நூலாசிரியர் என அறியப்படுகிறவருக்கு இருந்திருக்கிறது.

4. மநு தர்ம சாஸ்திரமானது புத்த மதத்தினரையே 'சூத்திரர்' மற்றும் 'நாத்திகர்' என அறிவிக்கிறது. நாலாம் வர்ணத்தவர்களாகிய சூத்திரர்கள் என்பவர்கள் வேதங்களைப் படிக்க முடியாததால் அந்நிலைக்கு ஆளானவர்கள். அவர்கள் வேதங்களுக்கோ பிராமணர்களுக்கோ எதிரிகள் அல்ல. ஆனால் புத்த மதத்தினரை நாத்திகர்களாக மநு பட்டியல்படுத்துகிறார். நாத்திகர்கள் யார் என்னும் கேள்விக்கு அவர் பதிலளிக்கிறார். ''வேதமே சுருதி என்பதையும் தர்மம் பற்றி கூறும் நூற்களை ஸ்மிருதி எனவும் ஏற்காதவர்களும்; சுருதி மற்றும் ஸ்மிருதிக்கு எதிராக வாதம் பண்ணுகிறவர்களும் நாத்திகர்கள்'' என்று மநு அறிவிக்கிறார் *(2:9-11)*.

வேதத்தைப் படிக்க முடியாதவர்கள் 'நாலாம் வர்ணத்தவர்கள்; ஆனால் வேதத்தை 'படிக்கவே மாட்டேன்' என்று அடம்பிடிக்கிறவர்கள் நாத்திகர்களாகிய புத்த மதத்தினர். எனவே

இத்தகைய சூத்திரர்கள் ‘வேத விரோதிகள்’ எனவும் அழைக்கப்பட்டனர். இத்தகவல்கள் யாவும் அம்பேத்கருக்கு நன்கு தெரியும்.

5. வேதங்களின் நடைமுறைகளை ஆதரிப்பவர்கள் ‘புத்த மதத்தின் எதிரிகள்’ என அறியப்படுகின்றனர். அவர்கள் புத்த மதத்தை ‘சூத்திரர்களின் மதம்’ என அறிவித்திருந்த தகவலும் இந்நூலில் தரப்பட்டுள்ளது *(பக்கம்.96)* (Buddhism was called by its enemies as the Shudra religion – i.e. the religion of the low classes - *பக் 310*). எனவே மநுவின் காலத்தில் ‘சூத்திரர்கள்’ என அழைக்கப் பட்டவர்கள் யாவரும் வேத விரோதிகளான புத்த மதத்தினரே தவிர வேதங்களுக்கு ஆதரவாக இருந்து செயல்பட்டுக் கொண்டிருந்த ‘நாலாம் வருணத்தவர்’ அல்ல. இந்தக் கொள்கையானது அம்பேத்கர் அவர்கள் எழுதியதாக அறிவிக்கப் பட்டுள்ள நூலில் தரப்படவில்லை.

6. சூத்திரர்களுக்கு எதிராக மநுவில் விதிகள் இயற்றப்பட்டிருக்கும் விஷயத்தில் பிராமணர்களுக்கு பங்கு எதுவுமில்லை என்பது டாக்டர் அம்பேத்கருக்கு நன்கு தெரியும். ஆயினும் அவர் எழுதியிருப்பதாக அறிவிக்கப்பட்டிருக்கும் நூல் பிராமணர் களுக்கு எதிரானதாக வடிவமைக்கப்பட்டுள்ளது.

7. மநுவின் உதவியுடன் ஒன்பது வகையான சமூக சீர்கேடுகளைச் செய்துவிட்டதாகக் கூறி, பிராமணர்கள் மீது அம்பேத்கர் குற்றம் சாட்டி எழுதியுள்ளதாக அவரது நூலில் அறிவிக்கப்பட்டுள்ளது. குறிப்பாக, நூலின் பொருளடக்கப் பகுதியில் ஏழாவது தலைப்பு ‘பிராமணியமும் சூத்திரர்கள் மீதான அதன் அடக்கு முறையும்’ Brahmanism and the suppression of the Sudhra என்பதாகும். ஆனால், உண்மையில் சூத்திரர்கள்தான் பிராமணர்களின் மீது அடக்குமுறையைச் செலுத்தியவர்கள் என்கிற தகவலை அம்பேத்கர் அதே நூலில் தருகிறார்.

‘மநு தர்ம சாஸ்திரம் எழுதப்பட்டது புத்த மதத்தினர்களான சூத்திரர்கள் ஆட்சி செய்த காலத்தில். அந்தக் காலத்தில் பிராமணர்கள் அடக்கப்பட்டவர்களாகவும் ஒடுக்கப்பட்டவர் களாகவும் இருந்தார்கள்’ என்று அவரே எழுதியிருக்கிறார் (The Brahmins lost all state patronage and were negleted to a secondary and subsidiary position in the Empire of Ashoka...... The Brahmins therefore lived as the suppressed and depressed classes for nearly

140 years during which the Maurya Empire lasted - page. 268) என்பது அவர் எழுதிய வாசகமாகும். அதே அம்பேத்கர், புத்த மதத்தினரின் ஆட்சி காலத்தில் பிராமணர்கள் சூத்திரர்களை அடக்கி வைத்து வெற்றி பெற்றார்கள் என்று எழுதியிருக்கமுடியாது.

எனவே 'பார்ப்பனியத்தின் வெற்றி: அரசக்கொலை அல்லது எதிர் புரட்சியின் தோற்றம்' என்னும் நூலின் ஆசிரியராக டாக்டர் அம்பேத்கர் இருக்க வாய்ப்பே இல்லை. 'இந்து மதத்தின்' மீதும் 'இந்திய சமூகங்களின்' மீதும் விரோத மனப்பான்மையை ஏற்படுத்தி வைக்கவேண்டும் என்பதையே தங்கள் கொள்கையாகக் கொண்ட சிலர் ஒன்றாகச் சேர்ந்து இந்நூலை எழுதி அம்பேத்கர் அவர்களின் பெயரில் வெளியிட்டிருக்க வேண்டும். அவர்களுடைய உள்நோக்கம் யாவை எனில்,

i) இந்தியாவில் பிராமணர்களையும் மற்ற சமூகத்தவர்களையும் இரு குழுக்களாகப் பிரித்து வைக்கவேண்டும்; அவர்களுக் கிடையே வெறுப்பையும் பகைமையையும் உருவாக்கிட வேண்டும். பிராமண சமூகம் ஏனைய சமூகங்களுக்கு எதிரானது என்னும் எண்ணத்தை உருவாக்க வேண்டும்.

ii) இந்து மதத்தை பிராமணர்களுடைய மதமாக அறிமுகப் படுத்துதல் மிக முக்கியமான ஒரு கோட்பாடாகும். அவ்வாறு செய்துவிடுவதன் மூலம் பிராமணர் அல்லாத ஏனைய சமூகங்களுக்குரிய மதமாக கிறிஸ்தவம் போன்ற விதேசி மதங்களை அடையாளம் காட்டுவது எளிது.

iii) இந்திய மதங்களுக்குரிய அடிப்படை நூலாக இருப்பவை நான்கு வேதங்களும் வேதங்களின் கருத்துகளைப் பிரதிபலிக்கின்ற பகவத் கீதையும் மட்டுமே. இராமாயணம், மகாபாரதம் போன்ற நூற்கள் இந்திய பண்பாட்டினைப் பிரதிபலிக்கும் நுற்களாகும். மநு தர்ம சாஸ்திரத்தை இந்து மதத்தின் நூலாக எக்காலத்திலும் இந்திய சமூகம் ஏற்றுக்கொண்டிருக்கவில்லை. அது இந்திய சமூகங்களுக்கு தேவையான சட்டங்களை கொண்டதொரு நூல். ஆனால் கிறிஸ்தவ மதத்தின் அடிப்படை நூலாக பைபிள் இருப்பதைப்போல இந்து சமயத்தின் அடிப்படை நூலாக மநு தர்மசாஸ்திரம்தான் இருக்கிறது என அறிவித்திட முயற்சிகள் தொடங்கப்பட்டுவிட்டன. இவ்வாறு செய்வதன் மூலம் இந்திய ஆன்மிகத்தின் சிறப்புகளை உருக்குலைத்துவிட முடியும் என்று நினைத்து அப்படிச் செய்திருக்கிறார்கள்.

iv) இதன் மூலம் இந்திய சமூகங்களை கிறிஸ்தவ மிஷனரிகளின் ஆதிக்கத்துக்கு அடிமையாக்கி வைக்கமுடியும். இத்தகைய பணிகள் யாவும் இந்திய சமூகங்களை கிறிஸ்தவ மதத்தை நோக்கி நகர்த்துவதற்குப் பேருதவியாக இருக்கும்.

மேற்கண்ட கொள்கையினரின் கூட்டு முயற்சியே அம்பேத்கரின் பெயரில் ஒரு நூலாக வெளிவந்துள்ளது என அறிய முடிகிறது.

10
முடிவுரை

தற்போது நம் கையில் இருப்பது மநு தர்மசாஸ்திரத்தின் வரிசையில் ஏழாவது நூலாகும். இது எழுதப்படுவதற்கு முன்னர் ஏற்கெனவே ஆறு நூல்கள் காலம் காலந்தோறும் தேவைக்கு ஏற்றபடியான மாற்றங்களுடன் எழுதப்பட்டுள்ளன. ஒவ்வொரு நூலும் எழுதப்பட்ட காலத்தில் சமூகத்தில் எதிர்கொள்ளவேண்டிய பிரச்சினைகள் எவையாக இருந்தனவோ அவற்றுக்குச் சட்ட ரீதியிலான தீர்வை அளிக்கும் முயற்சியாகவே மநு தர்மசாஸ்திரங்கள் எழுதப்பட்டிருக்கின்றன.

ஏழாவது மநு தர்மசாஸ்திரம் எழுதப்பட்ட காலம் கி.மு. இரண்டாம் நூற்றாண்டு ஆகும். அக்காலத்திற்கும் முன்னர் ஏற்பட்ட அரசியல் சூழ்நிலைகளால் இந்திய ஆன்மிகம் பாதிப்புக்கு உள்ளானபோது அதனை இந்தியச் சமூகம் எதிர்கொள்ளவும், வலுவான தன்னுடைய வேதாந்த அடித்தளத்திலிருந்து பிசகிவிடாமல் இருக்கவும், மீண்டும் பழைய நிலைக்கு இந்தியச் சமூகத்தைக் கொண்டுவந்து நிறுத்தும் வரை ஓர் இடைக்கால நடைமுறையாக புதிய மநு தர்மசாஸ்திரமானது எழுதப்பட்டிருக்கிறது. இந்த நூல், ஆபத்துக் காலத்திலிருந்து தர்மத்தைப் பாதுகாப்பதற்காக எழுதப்பட்டிருப்பதால் நூல் முழுவதும் ஆபத்துக் காலம் ஏற்படுத்திய தாக்கம் இருப்பதை உணர முடிகிறது.

இந்நூல் எழுதப்பட்ட காலத்தில் வர்ணம் தன்னுடைய 'சமூக நிறுவனம்' என்னும் அந்தஸ்தைத் தக்கவைத்துக்கொள்ள

முடியாமல் தள்ளாடிக்கொண்டிருந்தது. இந்நிலையில் சமூகத்தின் உள்ளமைப்பாக இருந்துவந்த ஜாதிகள் தங்கள் சொந்த நிறத்தைக் காட்டும் விதமாக எழுச்சி பெற்றன. இன்றும்கூட அதனுடைய அடையாளங்களை நம்மால் காணமுடிகிறது. பல்வேறு ஜாதிகள் இன்றும் இருக்கின்றன். ஆனால் ஒவ்வொரு ஜாதியிலிருந்தும் ஐ.ஏ.எஸ். அதிகாரிகளும் ஐ.பி.எஸ். அதிகாரிகளும் மருத்துவர்களும் எஞ்சினியர்களும் தேர்வாகி வருவதை நாம் காணத்தான் செய்கிறோம். இதுபோலவே அக்காலத்திலும் பல்வேறு ஜாதிகள் இருந்துவந்த போதிலும் அவற்றிலிருந்து பல்வேறு வர்ணங்களுக்குரிய நபர்கள் தகுதியின் அடிப்படையில் தேர்வு செய்யப்பட்டு வந்தனர்.

இந்நிலையில் வர்ணம் அழிவுக்குச் சென்றுகொண்டிருந்தபோது ஜாதிகள் தங்களை ‘சமூக நிறுவனங்களாக’ நிலை நிறுத்திக்கொள்ள முயன்றன.

அதனால்தான் இந்த ஏழாவது மநு தர்மசாஸ்திரத்தில் வர்ணம் பற்றிக் கூறும்போதுகூட அதனையும் ஒரு ஜாதி அமைப்பாக மொழிபெயர்ப்பாளர்கள் குறிப்பிட்டுவிடுகின்றனர். நூல் முழுதும் இந்தத் தாக்கத்தை உணர முடிகிறது. ஆயினும் பத்தாவது அத்தியாயத்தில் கூறப்பட்டுள்ளவை யாவும் ‘ஆபத்துக் காலத்தை’ எதிர்கொண்டு, ஆசாரங்களில் எவ்விதக் கலப்பும் ஏற்பட்டுவிடாமல் அடுத்த காலகட்டத்தில் வருகிற புதிய சந்ததியிடம் சமூக சம்பிரதாயங்களை ஒப்படைத்துவிடவேண்டும் என்னும் நோக்கில் எழுதப்பட்டுள்ளன.

பத்தாவது அத்தியாயத்தை எவரோ பிற்காலத்தில் எழுதி மநு தர்மசாஸ்திரத்துடன் இடைச்செருகலாகச் சேர்த்திருக்கலாம் என்று கூறுகிறார் ஏ.கே. கோபாலன் பதிப்பில் நூலுக்கு அறிமுகம் எழுதியுள்ள மொழிபெயர்ப்பாளர் திருலோக சீதாராம். இது உண்மையாக இருக்க வாய்ப்புகள் அதிகம் உள்ளன.

ஆபத்துக் காலத்தில் சமூக நிறுவனங்களாகத் தங்களை அடையாளம் காட்டிக்கொள்ள முயற்சித்த ஜாதிகள் ஒவ்வொன்றும் பிற்காலத்தில் தம்முடைய மேலாதிக்கத்தை நிலை நிறுத்திக்கொள்ள முயற்சி செய்தன. சமூக அமைப்பானது வர்ணம் சார்ந்ததாக இருந்த காலத்தில் இத்தகைய அந்தஸ்து அவர்களுக்குத் தேவைப்பட்டிருக்கவில்லை ஏனெனில், அதுவே மாறும் தன்மையுடையதாக இருந்தது. ஆனால் ‘ஜாதி’ என்பது அப்படியல்ல. அது மாறாததாகவும் நிரந்தரமானதாகவும் அடையாளப்படுத்தப்பட்டதாலேயே தங்கள்

ஜாதியே மேலானது என நிறுவிக்கொள்ளும் விதமாக முயற்சிகள் மேற்கொள்ளப்பட்டன. எனவே ஆதிக்கப் போட்டிகளும் பொறாமையும், ஜாதி சார்ந்த சமூகங்களிடையே எழுந்தன. அவ்விதப் போட்டிகளை தவிர்க்க முடியாதவை என சமூகம் கருதியது.

எனவே மேலாதிக்கம் செலுத்த விரும்பியவர்கள், தங்களைவிடக் கீழானவர்கள் என்று சிலரை அடையாளம் காட்டும் முயற்சியில் ஈடுபட்டபோது, பத்தாவது அத்தியாயத்தை முழுவதுமாக அல்லது பல பகுதிகளாக எழுதிச் சேர்த்திருக்கலாம். இந்த அத்தியாயமானது இந்நூலில் உள்ள வேறெந்தப் பகுதிகளுடனும் ஒட்டாமல் தனித்திருப்பதே இப்படிக் கருதப்படுவதற்குரிய காரணமாகும்.

ஆனால் 'உண்மையான மநு'வின் நோக்கம் அதுவல்ல. பிறப்பின் அடிப்படையில் மனிதர்களை வகைப்படுத்தும் மனப்பான்மை அவருக்கில்லை என்பதை இந்நூலின் பிற பகுதிகளைப் படிக்கும் போது நாமே புரிந்துகொள்ள முடிகிறது.

பத்தாவது அத்தியாயத்தை உண்மையில் எவர் எழுதியிருந்தாலும் 'ஆபத்துக் கால தர்மம்' என அது அறிவிக்கப்பட்டுள்ளது. மநு தர்மசாஸ்திரம் அச்சம் கொள்ளுகின்ற ஆபத்து எந்தக் காலத்தில் நீங்கிவிடுகிறதோ, அப்போது அந்த அத்தியாயத்தையோ அல்லது முழுவதுமான இந்த ஏழாவது மநு தர்மசாஸ்திரத்தையோ தூக்கி எறிந்துவிட்டு இதற்கு முந்தைய ஆறாவது மநு தர்மசாஸ்திரத்தை நாம் பயன்படுத்தத் தொடங்கிவிடலாம். ஏனெனில் ஏழாவது மநு தர்மசாஸ்திரமானது 'முக்கிய தர்மத்துக்கு பதிலாக வைக்கப் பட்டுள்ள ஒரு துணை நூல்' என்று மநு தர்மசாஸ்திரமே கூறுகிறது (11:29).

எனவே மநுவின் பெயரைச் சொல்லி இந்தியப் பாரம்பரியத்தையே குறைகூறுவது தவிர்க்கப்படவேண்டும்.

யூதர்களின் இயேசுவும் பவுலின் கிறிஸ்துவும்

எஸ். செண்பகப்பெருமாள்

யூதர்களுக்கு மட்டுமேயாக இருந்த ஒரு மதத்தை புறஜாதியாருக்கான மதமாக பவுல் எவ்வாறு மாற்றினார் என்பது குறித்த ஓர் ஆய்வு நூல்.

நீங்கள் விரும்பும் புத்தகம் உங்கள்
வீடு தேடி வர அழையுங்கள்

Dial for Books

94459 01234 / 9445 97 97 97

WhatsApp No: 95000 45609

www.dialforbooks.in

www.amazon.in

www.flipkart.com